初級越南語

TIẾNG VIỆT
SƠ CẤP

A1-A2

黎氏仁（Lê Thị Nhâm）編著

　　東南亞的經濟體在 21 世紀初已成為世界上增長最快的經濟體之一。2008 年經歷了全球金融海嘯的慘痛教訓後，該地區各國為了爭取更多的外貿機會，開始轉變在製造業生產的網絡，尤其是越南的發展狀況，更令人刮目相看。在外資企業持續投資製造業的情況下，越南的經濟成長率持續攀升，並且在出口總額中，電子產業已超越紡織業，顯示出口部門的產業結構轉變。東南亞經濟體也在過去五年中呈現出驚人的增長，其 GDP 總和相當於世界第五大經濟體。

　　臺灣與越南雖然沒有正式的外交關係，但是兩國在經貿、投資、教育、社會的交流上至為緊密。其中因婚姻移民來臺的越南籍配偶已達數萬人之多，跨國婚姻新生兒出生人數逐年攀升，所謂新住民的第二代尤屬越南最多，從國小到大學學生人數高達數十萬人，是不容小覷的族群。

　　根據文化人類學家的觀點，語言作為文化的重要元素，不僅影響著一個人的思維方式和對生活世界的感知，更會影響一個人跨文化的交流能力。近代以來，語言更是文化的具體表現，透過語言的學習，不僅可以體會自己文化的內涵，同時也是跨文化認知和相互理解的有效管道。

　　國立政治大學因應全球發展的趨勢，於 2017 年創立東南亞語言與文化學士學位學程，首先以越南語組為起始，將語言學習作為核心，以文化社會專業知識作為輔助，並以加強東南亞區域整體發展的概念為課程設計方向。在各位教師的努力下，將依序出版《初級越南語》、《中級越南語》、《高級越南語》三本教科書，以及搭配的三本《初級越南語會話》、《中級越南語會話》、《高級越南語會話》，提供學生與社會有興趣學習越南語的人士運用。內容豐富，系統完整。雖然不盡完美，還請有識先進不吝指教。

國立政治大學

東南亞語言與文化學士學位學程主任

劉心華

　　《初級越南語》是專為越南語入門學生量身打造的教科書。本書依照 iVPT（International Vietnamese Proficiency Test，國際越南語能力認證檢定）〈初級〉，以及 CEFR（Common European Framework of Reference for Language，歐洲語言共同參考架構）A1、A2 等級之程度編纂內容。本教科書一共21課，教學時數共兩學期，共 144 節課，288 小時。

　　《初級越南語》包含兩大部分如下：

　　聲韻課程：此部分一共 5 課，課程設計具系統性，學生將能輕鬆學習越南語音節以及語音單位（母音、子音、聲調）。藉由授課教師與助教的協助，學生在上完 15 節發音課後，便能夠清楚掌握越南語的發音理論，特別是聲調以及熟悉拼音方式。

　　主要課程：此部分一共 16 課，皆為與實際日常生活相關的主題，其中包含句子結構及基本文法重點。每一課均著重七項重點技能：發音、詞彙、文法、聽、說、讀、寫。除此之外，每一課不同的主題課文，讓學生得以認識越南文化、越南人民及其生活。

　　本教科書以先進的外語教學方式，為臺灣修習越南語的學生編寫，希望這本教科書能夠有助於越南語教學者「好教學」與越南語學習者「好學習」。在編寫的過程中，受到許多學程老師與學生的幫助以及熱情的意見回饋，使本書內容更加提升、更加適合學習，在此致上謝意。

　　雖然已盡力編寫，但此書必定仍有待改進之處，歡迎各界先進以及學生們提供意見回饋，讓本教科書更加完善。

　　再次感謝我的授課單位國立政治大學、外語學院、東南亞語言與文化學士學位學程的長官以及莘莘學子們，使我的教學得以更加精進以及促使我完成這本教科書。

國立政治大學

黎氏仁

Lê Thị Nhâm

　　《初級越南語》分為兩部分。「第一部分：聲韻課程」介紹越南語的書寫歷史、發音規則，「第二部分：主要課程」以對話、短文帶入出生活化主題，搭配重點生詞、文法解說，並隨著學習程度提升，加入越中對照解說及全越南語的「課外閱讀」單元，學習者將能逐步獲得A1-A2程度的越南語實力。

「第一部分：聲韻課程」

・此部分介紹越南語語音系統，包含字母、音節結構及語調。

・透過大量口語練習，學習者將能掌握標準越南語發音。

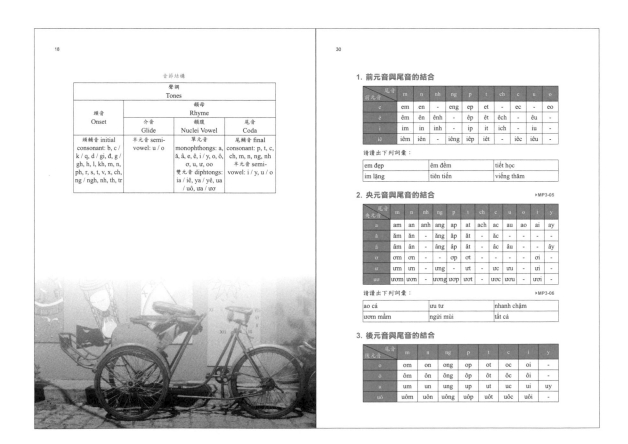

「第二部分：主要課程」

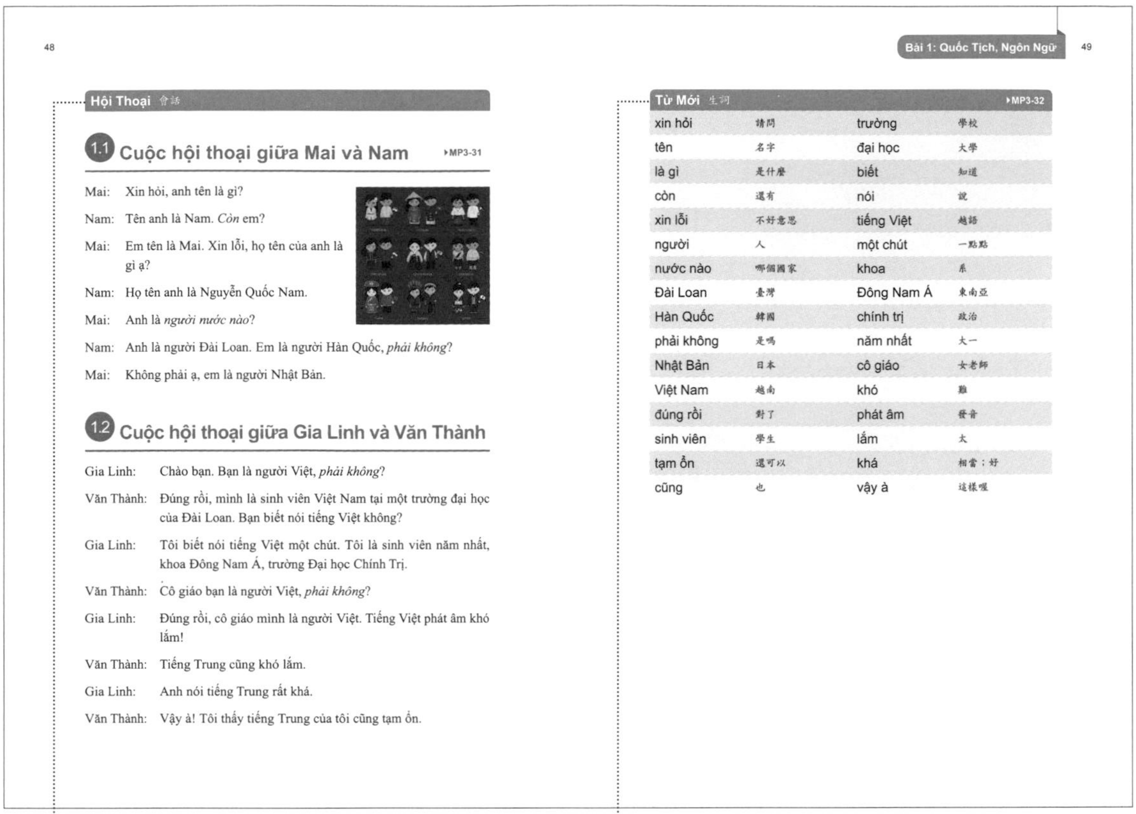

48

Hội Thoại 會話

1.1 Cuộc hội thoại giữa Mai và Nam ▸MP3-31

Mai: Xin hỏi, anh tên là gì?

Nam: Tên anh là Nam. *Còn* em?

Mai: Em tên là Mai. Xin lỗi, họ tên của anh là gì ạ?

Nam: Họ tên anh là Nguyễn Quốc Nam.

Mai: Anh là *người nước nào*?

Nam: Anh là người Đài Loan. Em là người Hàn Quốc, *phải không*?

Mai: Không phải ạ, em là người Nhật Bản.

1.2 Cuộc hội thoại giữa Gia Linh và Văn Thành

Gia Linh: Chào bạn. Bạn là người Việt, *phải không*?

Văn Thành: Đúng rồi, mình là sinh viên Việt Nam tại một trường đại học của Đài Loan. Bạn biết nói tiếng Việt không?

Gia Linh: Tôi biết nói tiếng Việt một chút. Tôi là sinh viên năm nhất, khoa Đông Nam Á, trường Đại học Chính Trị.

Văn Thành: Cô giáo bạn là người Việt, *phải không*?

Gia Linh: Đúng rồi, cô giáo mình là người Việt. Tiếng Việt phát âm khó lắm!

Văn Thành: Tiếng Trung cũng khó lắm.

Gia Linh: Anh nói tiếng Trung rất khá.

Văn Thành: Vậy à! Tôi thấy tiếng Trung của tôi cũng tạm ổn.

Bài 1: Quốc Tịch, Ngôn Ngữ 49

Từ Mới 生詞 ▸MP3-32

xin hỏi	請問	trường	學校
tên	名字	đại học	大學
là gì	是什麼	biết	知道
còn	還有	nói	說
xin lỗi	不好意思	tiếng Việt	越語
người	人	một chút	一點點
nước nào	哪個國家	khoa	系
Đài Loan	臺灣	Đông Nam Á	東南亞
Hàn Quốc	韓國	chính trị	政治
phải không	是嗎	năm nhất	大一
Nhật Bản	日本	cô giáo	女老師
Việt Nam	越南	khó	難
đúng rồi	對了	phát âm	發音
sinh viên	學生	lắm	太
tạm ổn	還可以	khá	相當；好
cũng	也	vậy à	這樣喔

課文

・每課呈現不同面向的越南文化與生活。

・依照學習者程度提升，從「會話」漸進至「短文」形式，讓學習者熟稔各種表達。

生詞

・將課文中出現的重點詞彙挑出來，附中文翻譯。

・學習者將能掌握日常對話中的基礎詞彙。

Ngữ Pháp 文法

1. nào?：「哪」，放在疑問句句尾以要求選擇。

例　· Loan là người nào? 阿鑾是哪位？
　· Loan là cô gái có mái tóc dài, rất đẹp. 阿鑾是長頭髮、很漂亮的女生。
　· Chúng ta học ở tòa nhà nào? 我們在哪棟大樓上課？
　· Chúng ta học ở tòa nhà A. 我們在 A 大樓上課。

2. người nước nào?：「哪國人？」，疑問句，用以詢問對方國籍。

> 主語 + người nước nào?
> 主語 + là + người + 國家名稱

例　· Anh là người nước nào? 你是哪國人？
　· Tôi là người Đài Loan. 我是臺灣人。

3. ...phải không?：「……是嗎？」，是否問句，放在句尾。回答時以自己的狀況選擇肯定或否定句。

> 主語 + là + 名詞 + phải không?
> - Vâng, 主語 + là + 名詞
> - Không, 主語 + không phải là + 名詞

例　· Xin lỗi. Chị là giáo viên, phải không? 不好意思。你是老師，是嗎？
　· Đúng rồi, tôi là giáo viên. 是的，我是老師。
　· Anh là thương gia Đài Loan, phải không? 你是臺灣商人，對嗎？
　· Không, tôi không phải là thương gia. Tôi là kỹ sư.
　　不是，我不是商人。我是工程師。

文法

· 介紹越南語時態、句型、數字、時間、日期與季節、量詞、疑問詞、程度副詞……等重點文法。
· 文法解說部分隨著學習者程度提升，說明將由全中文漸進成越中對照。
· 付有越南語例句及中文翻譯，使學習者快速熟習用法。

Luyện Nói 口說練習

Hãy thực hành nói theo cặp.（兩人一組練習對話）

範例：

Anong / Thái Lan　　　　　　Mai / Việt Nam

Anong:　Xin lỗi, bạn tên là gì?
Mai:　　Tên tôi là Mai. Còn bạn?
Anong:　Tôi là Anong, người Thái Lan. Bạn là người nước nào?
Mai:　　Tôi là người Việt Nam.

1) Dannie / Ấn Độ　　　　　Âu Dương / Trung Quốc

2) Akamura / Nhật Bản　　　Yong Lee / Hàn Quốc

練習

· 聽力練習：練習聆聽並理解熟悉主題的基本對話、詞彙和文法。
· 口說練習：練習回答簡單問句、在熟悉情境中表達自我。
· 詞彙運用：透過填空、聯想、連連看等題型，練習靈活運用詞彙。
· 寫作練習：練習書寫簡短文章，例如：自己對未來四年的計畫、自己的日常工作等。
· 透過多元練習，協助學習者將聽、說、讀、寫四大能力融會貫通。

Bài Đọc Thêm 課外閱讀 ▶MP3-67

Tôi lập nghiệp ở Sài Gòn nhưng có một tuổi thơ yên bình thuộc vùng núi Tây Bắc bộ. Quê tôi có sông, có núi. Tiết trời mùa hè nóng bức, chúng tôi thường bỏ học vào rừng chơi, sau đó xuống sông tắm. Thi thoảng, chúng tôi ngủ một giấc tới chiều mới về. Do mê chơi đá bóng mà chúng tôi thường quên giờ về nhà, chuyện ấy lặp đi lặp lại nhiều lần. Mùa đông thì trời lại rất rét, thế mà mỗi đứa chỉ mặc 1 tới 2 chiếc áo, không phải không lạnh mà vì hoạt động nhiều nên nóng người. Nếu đói, chúng tôi nướng khoai hay nướng ngô ăn. Suốt những năm tháng ấy, chúng tôi trông gầy và đen nhưng rất khỏe mạnh. Một tuổi thơ không biết đến điện thoại thông minh là gì, bởi ở quê có rất nhiều trò chơi dân gian bổ ích. Vui nhất là vào các đêm rằm, ngày hội làng hay Tết cổ truyền dân tộc, trẻ con đều được mua quần áo mới, nhận quà và tiền lì xì. Vui lắm!

1. Dựa vào nội dung của bài đọc, hãy trả lời các câu hỏi sau đây:

1) Quê của tác giả ở Sài Gòn, phải không?
_____

2) Quê hương của tác giả có gì đặc biệt?
_____

3) Tại sao họ xuống sông tắm?
_____

4) Họ thường xuyên ngủ trong rừng, phải không?
_____

5) Sở thích của họ là gì?
_____

6) Việc gì lặp đi lặp lại?
_____

7) Tại sao với họ lại là *"mùa đông mà không lạnh"*?
_____

8) Khi đói, họ thường làm gì?
_____

9) Họ thích chơi điện thoại thông minh, phải không?
_____

10) Trẻ con được mua quần áo mới vào những dịp nào?
_____

2. Chọn Đúng (Đ) hay Sai (S) theo nội dung của bài đọc.

	Đúng / Sai
1) Tôi sinh ra và lớn lên ở Tây Bắc bộ nhưng vào Sài Gòn lập nghiệp.	☐ Đ ☐ S
2) Sài Gòn có sông và núi, rất đẹp.	☐ Đ ☐ S
3) Vào mùa hè nóng bức, chúng tôi thường tắm sông.	☐ Đ ☐ S
4) Chúng tôi luôn vào rừng ngủ tới chiều mới về.	☐ Đ ☐ S
5) Chúng tôi thường đá bóng quên giờ về nhà.	☐ Đ ☐ S
6) Người không cảm thấy lạnh vì hoạt động nhiều.	☐ Đ ☐ S
7) Chúng tôi nướng khoai, ngô mọi lúc mọi nơi.	☐ Đ ☐ S
8) Trẻ con khỏe mạnh vì ăn nhiều đồ ngon.	☐ Đ ☐ S
9) Điện thoại thông minh là trò chơi dân gian bổ ích.	☐ Đ ☐ S
10) Trẻ con lúc nào cũng có lì xì và quà.	☐ Đ ☐ S

課外閱讀

· 全越南語的文章與練習題，為學習者創造全越南語環境，有效累積語感。

音檔 QR Code

· 掃描封面QR Code，即可下載標準北方口音（河內）及標準南方口音（胡志明市）音檔。跟著練習，不僅可加強「聽」與「說」的能力，更能學習兩種不同的越南語口音。

練習題解答 QR Code

· 掃描封面QR Code，還能下載全書練習題解答及聽力練習文本，隨時自行檢視學習程度。

初級
越南語
TIẾNG VIỆT SƠ CẤP
A1-A2
黎氏仁 (Lê Thị Nhâm) 編著

附練習題解答 QR Code 請掃描下載學習

附北越／南越 朗讀音檔QR Code 請掃描下載聆聽

Phần I: Bài Học Về Ngữ Âm
第一部分：聲韻課程

Bài 1

Giới Thiệu Về Tiếng Việt

Bài 2

Cấu Trúc Âm Tiết Tiếng Việt

Bài 3

Sự Kết Hợp Giữa Nguyên Âm và Âm Cuối

Bài 4

Sự Kết Hợp Giữa Nguyên Âm Đôi Và Âm Cuối

Bài 5

Thực Hành Phát Âm

Phần II: Bài Học Chính
第二部分：主要課程

Bài 1
Giới Thiệu Về Tiếng Việt
越南語簡介

1. 越南語書寫文字歷史

越南語是「越語支」（越－芒語支）的祖語，與現今南亞語系的其他語言有一些共同特徵。歷史上，越南多使用漢字與喃字。在 19 世紀法國占領越南時期，羅馬字漸漸成為主流，並於 20 世紀開始全面使用羅馬拼音為基礎的書寫字直到今日。現今越南語以羅馬字書寫，羅馬字書寫的越南語被稱為國語字（chữ quốc ngữ），並以語音表示（以羅馬字記越南語發音）。

a. 漢字：

- 是越南封建時代官方主要採用的文書系統。

- 約於南越國的時期（西元前203年至西元前111年）開始使用，漢字的正統地位在20世紀前牢不可破。

- 漢字普遍用於行政、教育（科舉）和古典文學之創作。

- 1919年實行最後的科舉制度。

b. 喃字：

始用於 10 世紀越南脫離中國的直接統治後。早期喃字主要作為漢字的輔助工具，用以記錄地名、人名及地方特產等，直到 13 世紀才有部分以喃字作為載體的文學作品。在 16 世紀到 18 世紀之間，喃字的使用度達到高峰，主要用於記錄民間口傳文學、創作純越語文學、翻譯佛經及替漢字做註解。

c. 羅馬字：

- 17到19世紀中期，由赴越歐洲傳教士設計的羅馬字書寫系統。

- 至19世紀後半段前期，法國殖民者的到來使羅馬字地位逐漸提升並普遍被使用。

- 20世紀初，羅馬字透過越南民族主義者的鼓吹後才有顯著的進展。

- 1945年，越南獨立後才進一步達到確立羅馬字為國家唯一正式書寫文字的地位。

越南語與朝鮮語、日語一樣自古受到漢字文化的深遠影響，歷經公元一世紀至十世紀中國的統治下，越南語湧入大量漢字詞彙，類似古漢語中古音，但字序與中文相反。字序對越南語非常重要，更改了字的排序即改變了整個詞的意思。

2. 越南語方言

越南語方言大致分作 3 類：北部 - 中部 - 南部。三者間的差異主要在發音和詞彙上，文法上的差異非常小。

3. 越南語詞彙的類型

越南語的詞彙相當豐富，可被分為以下四種：

a. 固有詞（純越詞）

固有詞是越南語本身已有的詞，這些詞彙常用於日常生活、習俗與文化中，例如：đi（去）、ăn cơm（吃飯）、ngủ（睡覺）、núi（山）、nước（水）、gió（風）、sông（河）等等……。

b. 漢越詞

較頻繁使用的領域：政治、經濟、法律、科技……等，例如：học（學）、văn hóa（文化）、phong phú（豐富）、lãng phí（浪費）、phong thủy（風水）、thông báo（通報）、khẩu trang（口罩）、kết hôn（結婚）、ly hôn（離婚）、lãng mạn（浪漫）、lịch sử（歷史）、thời sự（時事）、hải quan（海關）、hải cảng（海港）、công viên（公園）、dùng（用）、quảng cáo（廣告）等等……。

c. 外來詞彙

越南語的外來詞主要源自法語、英語詞彙，比如：ga（火車站，來自法語的 gare）、phim（英文 film）、tivi（英文 television）、ra-đi-ô（英文 radio）、 bia（英文 beer）等等……。

d. 混種詞

混種詞是以上三種詞的混合型。如：

- ngày sinh「生日」（ngày 為固有語素「日、天」，sinh 為漢越語素「生」）
- nhà ga「火車站」（nhà 為固有語素「家、房」，ga 為外來語素「gare」）

4. 越語語音簡介

越語是「單音節」的語素。每個音素，每個聲調發音準確與否都會直接影響語意的表達，因此學好發音是非常重要的。

5. 越南語字母系統 ▶MP3-01

越南語共有29個字母，簡單分為12個單元音（母音）與17個單輔音（子音）。

順序	字母 (大寫／小寫)	發音	字母名字
1	A a	a	a
2	Ă ă	á	á
3	Â â	ớ	ớ
4	B b	bờ	bê
5	C c	cờ	xê
6	D d	dờ	dê
7	Đ đ	đờ	đê
8	E e	e	e
9	Ê ê	ê	ê
10	G g	gờ	giê
11	H h	hờ	hát
12	I i	i	i ngắn
13	K k	cờ	ca

順序	字母 （大寫／小寫）	發音	字母名字
14	L l	lờ	e lờ
15	M m	mờ	em mờ / e mờ
16	N n	nờ	en nờ / e nờ
17	O o	o	o
18	Ô ô	ô	ô
19	Ơ ơ	ơ	ơ
20	P p	pờ	pê
21	Q q	cờ	qu / quy
22	R r	rờ	e rờ
23	S s	sờ	ét xì
24	T t	tờ	tê
25	U u	u	u
26	Ư ư	ư	ư
27	V v	vờ	vê
28	X x	xờ	ích xì
29	Y y	i	i dài

6. 常用招呼語   ▶MP3-02

· Chào các em. 同學們好。

· Chào cô ạ. 老師好。

· Tên em là gì? 你叫什麼名字？

· Tên em là Việt ạ. 我是阿越。

參考文獻:

1. 段善述 [Đoàn Thiện Thuật] (1997)。越語語音教程。專業大學出版社,河內,354 頁。

2. 黃進 [Hoàng Tiến] (1994)。國語與 20 世紀初文字革命(第一卷)。勞動出版社,267 頁。

3. 阮有宏 [Nguyễn Hữu Hoành] (1999)。越芒語支的劃分。語言期刊論文,第五,35-42 頁。

4. 阮才謹 [Nguyễn Tài Cẩn] (1995)。越南語文語音歷史教程。教育出版社,河內,348 頁。

Bài 2
Cấu Trúc Âm Tiết Tiếng Việt
越語的音節結構

音節結構

聲調 Tones			
頭音 Onset	韻母 Rhyme		
	介音 Glide	韻腹 Nuclei Vowel	尾音 Coda
頭輔音 initial consonant: b, c / k / q, d / gi, đ, g / gh, h, l, kh, m, n, ph, r, s, t, v, x, ch, ng / ngh, nh, th, tr	半元音 semi-vowel: u / o	單元音 monophthongs: a, ă, â, e, ê, i / y, o, ô, ơ, u, ư, oo 雙元音 diphtongs: ia / iê, ya / yê, ua / uô, ưa / ươ	尾輔音 final consonant: p, t, c, ch, m, n, ng, nh 半元音 semi-vowel: i / y, u / o

1. 頭音 Onset

　　頭音由輔音組成，放在頭音位置的輔音又稱頭輔音。輔音，或稱子音，在發音語音學中屬於語音的一類，與母音相對，發音時氣流會在發音器官的某一部分受到完全或部分阻礙。

頭輔音 initial consonant

國際音標 IPA	輔音 consonant	例子 Examples
[ɓ]	b	ba（爸爸）、bơi（游泳）、biết（知道）
[k]	k + i / y, e, ê, iê	kỹ (kĩ) thuật（技術）、kẻ（者）、kể chuyện（說故事）、kiếm tiền（賺錢）
	q + u	quan tâm（關心）、quán ăn（餐館）、quần（褲子）
	c + (a, ă, â, o, ô, ơ, u, ư)	của（的）、cơm（飯）、cám ơn（感恩）
[z] ([j])	d	da（皮膚）、dũng cảm（勇敢）、dạo này（最近）
	gi	gió（風）、gia đình（家庭）、giá tiền（價錢）
[ɗ]	đ	đi（去）、đang（正在）、đói（餓）
[ɣ]	g + a, ă, â, o, ô, ơ, u, ư	gà（雞）、gặp gỡ（見面）、gay go（棘手）
	gh + i, e, ê	ghi chú（備註）、ghét（討厭）、ghế（椅子）
[h]	h	hát（唱歌）、hải quan（海關）、hải sản（海產）
[l]	l	là（是）、lãng mạn（浪漫）、làm（做）
[x]	kh	khó（難）、không（不）、khổ qua（苦瓜）
[m]	m	mẹ（媽）、má（媽）、miễn phí（免費）
[n]	n	nói（說）、nam（男）、nữ（女）

國際音標 IPA	輔音 consonant	例子 Examples
[f]	ph	phở（河粉）、phút（分鐘）、phúc（福）
[ʐ]	r	run（發抖）、rảnh（有空）、rau（青菜）
[ʂ]	s	sinh nhật（生日）、sân bay（機場）、sốt（發燒）
[t]	t	tiền（錢）、tay（手）、tâm lý（心理）
[v]	v	vui vẻ（快樂）、va li（行李）、Việt Nam（越南）
[s]	x	xa（遠）、xe đạp（腳踏車）、xanh（綠色）
[c]	ch	chợ（市場）、chính trị（政治）、cha（爸爸）
[ŋ]	ng + a, ă, â, o, ô, ơ, u, ư	ngan（紅面鴨）、ngon（好吃）、ngủ（睡覺）
	ngh + i, e, ê, iê	nghỉ（休息）、nghe（聽）、nghề（職業）、nghiêng（斜）
[ɲ]	nh	nhà（家）、nhanh（快）、nho（葡萄）
[t']	th	thích（喜歡）、thế nào（如何）、thỉnh thoảng（偶爾）
[tʂ]	tr	trời（天）、trai（男）、trả lời（回答）
[p]	p	cục pin（電池）、pa tê（豬肝醬）
[ʔ-] 無頭輔音 Absent		ưu tú（優秀）、an nguy（安危）、im lặng（安靜）

注意：清音 p [p] 只在外來語起始音節發音，多數由內爆音轉換而來，例如：sâm banh 是由法語「香檳」（champagne）而來。

發音方法與發音位置

方式 Manner	位置 Position	雙唇音 Bi-labial	唇齒音 Labio-dental	齒音 Dental	齒齦音 Alveolar	硬腭音 Palatal	軟腭音 Velar	捲舌音 Retroflex	聲門音 Glottal
塞音 Stop	內爆音 Implosive	b [ɓ]			đ [d]				
	不送氣清音 Unvoiced and unaspirated	p [p]		t [t]		ch [c]	c / k / q [k]	tr [ʈ]	
	送氣清音 Unvoiced and aspirated			th [t']					
摩擦音 Fricative	清音 Unvoiced		ph [f]		x [s]		kh [x]	s [ʂ]	h [h]
	濁音 Voiced		v [v]		d / gi [z] （北部音）		g / gh [ɣ]	r [ʐ]	
鼻音 Nasal	濁音 Voiced	m [m]			n [n]	nh [ɲ]	ng / ngh [ŋ]		
邊音 Lateral	濁音 Voiced				l [l]	d / gi [j] （南部音）			

2. 介音 Glide

國際音標 IPA	元音 vowel	位置 Position	例子 Examples
[w]	u	－ 放在 q [k] 的後面 － 放在 i／y [i]；ê [e]； ơ [ɤ]；â [ɤ̆] 的前面	－ quá（太）、quê（家鄉）、 quân（軍） － tuy（雖然）、túi（袋／包）、 thuê（租）、tuần（週）
	o	放在 a [a]；e [ɛ]； ă [ă]；i [i] 的前面	toán（數學）、khoẻ（健康）、 xoăn（捲）、tỏi（蒜頭）

3. 韻腹 Nuclei Vowel

　　韻腹由元音組成。元音，又稱母音，是在發音過程中由氣流通過口腔而不受阻礙發出的音。越語有11個「單元音」與3組「雙元音」。元音在越語中扮演重要角色，一個字可以沒有輔音但不能沒有元音。

11 個「單元音」

國際音標 IPA	元音 Vowel	位置 Position	例子 Examples
[a]	a		an toàn（安全）、tan học（下課）、 làm（做）
[ă]	a	尾音必須是 u [w] 與 y [i]	tàu（火車）、màu（顏色）、 máy（機）、tay（手）
	ă	後面必須要加一個 輔音	ăn cơm（吃飯）、tăm（牙籤）、 măng（竹筍）
[ɤ̆]	â	後面必須要加一個 輔音或 u [u]	ân huệ（恩惠）、mây（雲）、 tâm（心）、châu Âu（歐洲）
[ɛ]	e		em gái（妹妹）、vui vẻ（快樂）、 xem（看）
[e]	ê		ếch（青蛙）、tên（名字）、 tuyệt đẹp（絕美）

國際音標 IPA	元音 Vowel	位置 Position	例子 Examples
[i]	y	―沒有頭音與尾音時 ― 放在 u [w] 的後面 ― 放在輔音的後面（通常是漢越詞）	― ý kiến（意見）、y học（醫學）、như ý（如意） ― tuy（雖然）、cao quý（高貴）、thủy（水） ― lý do（理由）、kỹ thuật（技術）、mỹ thuật（美術）、tỷ giá（匯率）
	i	其他（通常是純越語）	im lặng（安靜）、ầm ĩ（吵鬧）、ỉ eo（嘮叨）
[ɔ]	oo	放在 ng [ŋ]；c [k] 的前面	cải xoong（西洋菜）、moóc（海象）
	o		khỏe khoắn（健康）、to（大）、nhỏ（小）
[o]	ô		ông（先生）、không（不）、ngỗng（鵝）
[ɤ]	ơ		ớt（辣椒）、tới（到）、mới（新）
[u]	u		Úc（澳洲）、cùng（一起）、mũm mĩm（豐滿）
[ɯ]	ư		ưa nhìn（耐看）、tư（四）、nhưng（但是）

3 組「雙元音」

國際音標 IPA	元音 Vowel	位置 Position	例子 Examples
[ie]	iê	必須具有頭音與尾音且皆為輔音	tiền（錢）、miễn（免）、biển（海）
	ia	後面不接尾音	bia（啤酒）、râu ria（鬍子）、phép chia（除法）
	ya	放在介音 u [w] 的後面，且後面不接尾音	khuya（深夜）
	yê	―當沒有頭輔音時 ―放在介音 u [w] 的後面與尾輔音的前面時	― yêu（愛）、yên（安）、yếu（弱） ― chuyện（故事）、khuyên（建議；勸）、tuyệt（棒；完美）

國際音標 IPA	元音 Vowel	位置 Position	例子 Examples
[uo]	uô	後面必須接尾音	muốn（要）、chuối（香蕉）、cuốc（鋤頭）
	ua	後面不接尾音	mua（買）、lúa（水稻）、cua（螃蟹）
[ɯɤ]	ươ	後面必須接尾音	ước（許願）、mướp（絲瓜）、thẻ căn cước（身分證）、tươi（鮮）
	ưa	後面不接尾音	mưa（下雨）、cửa（門）、nửa（半）

備註：本課介紹的 3 組（8 個）雙元音為主要的大分類，將在「第四課：雙元音與尾音的結合」細分為 27 個雙元音。

元音發音表

舌位 Position 舌頭的閉度 Elevation	前元音 Front Vowel	後元音 Back Vowel	
		不圓唇 Unrounded	圓唇 Rounded
閉 closed	i / y	ư	u
半閉 half closed	ê	ơ / â	ô
中心 center	iê / ia / ya / yê	ươ / ưa	uô / ua
開 open	e	a / ă	o

4. 尾音 Coda

越南語的尾音分為三組以下：

－半元音 Semi-vowel：i / y, u / o

－塞音 Stop （內爆音 Implosive）：p, t, ch, c

－鼻音 Nasal：m, n, nh, ng

國際音標 IPA	尾音 Coda	位置 Position	例子 Examples
[m]	m		tam（三）、lắm（太；很）、tấm（片）
[n]	n		tiện lợi（方便）、hoa lan（蘭花）、tuấn（俊）

國際音標 IPA	尾音 Coda	位置 Position	例子 Examples
[ŋ]	nh	放在 a [a]；i [i]；ê [e] 的後面	xanh（綠色）、chính（主要的）、nhẹ tênh（輕飄飄）
	ng	放在 a [a]；ă [ă]；â [ɤˇ]；o [ɔ]；ô [o]；e [ɛ]；u [u]；ư [ɯ]；iê [ie]；ươ [ɯɤ]；uô [uo] 的後面	dang dở（未完成）、tăng（增加）、tâng（提高）、thanh long（火龍果）、không（不）、xẻng（鏟子）、khủng long（恐龍）、ngừng（停）、kiếng（鏡）、sương mù（霧）、rau muống（空心菜）
[p]	p	備註：只有兩個聲調： 銳聲與重聲	lớp học（教室）、chụp ảnh（拍照）、túp lều（小屋）
[t]	t	備註：只有兩個聲調： 銳聲與重聲	bát（碗）、mít（菠蘿蜜）、xa tít（遙遠）
[k]	ch	放在 a [a]；i [i]；ê [e] 的後面 備註：只有兩個聲調： 銳聲與重聲	ích（益）、trách（責怪）、sạch（乾淨）、ếch（青蛙）
	c	放在 a [a]；ă [ă]；â [ɤˇ]；o [ɔ]；ô [o]；e [ɛ]；u [u]；ư [ɯ]；iê [ie]；ươ [ɯɤ]；uô [uo] 的後面 備註：只有兩個聲調： 銳聲與重聲	mát（涼）、mắc（貴）、quả gấc（木鱉果）、tóc（頭髮）、cốc（杯子）、séc（支票）、tự túc（自費）、tức thì（剛剛）、tiếc（可惜）、nước（水）、bánh cuốn（越南粉卷）
[w]	u	放在 a [a]；â [ɤˇ]；i [i]；ê [e]；ư [ɯ]；iê [ie]；ươ [ɯɤ] 的後面	tàu（火車）、mẫu（模）、xíu mại（燒賣）、nếu（如果）、hưu（退休）、hiểu（懂）、rượu（酒）
	o	放在 a [a]；e [ɛ] 的後面	mạo hiểm（冒險）、kéo（拉）
[i]	i	放在 a [a]；ơ [ɤ]；u [w]；ư [ɯ]；ươ [ɯɤ]；uô [uo] 的後面	tai（耳朵）、chơi（玩）、mũi（鼻子）、ngửi（聞）、bưởi（柚子）、tuổi（年齡）
	y	放在 a [a]；â [ɤˇ] 的後面	máy（機）、mấy（幾）

5. 聲調 Tones

越語有 6 個基本的聲調，每一個聲調都有自己的符號，放在元音的上方或下方。

越南語的基本聲調

越語名稱	中文、英文名稱	發音方式
thanh ngang (thanh không)	平聲 mid-level	平聲調，發聲起音高度在正常音調並保持穩定。 備註：平聲可出現在所有音節中，但音節尾音為 p、t、ch、c 時例外。
thanh huyền	玄聲 low-falling	低平調，發聲起音稍低於平聲，保持穩定，並以低聲結尾。 備註：玄聲可出現在所有音節中，但音節尾音為 p、t、ch、c 時例外。
thanh ngã	跌聲 high-rising broken	降升調，發聲起音逐漸下降，接著驟然升高，且尾音高度較起音點高。該聲調搭配聲門塞音使用。 備註：跌聲可出現在所有音節中，但音節尾音為 p、t、ch、c 時例外。
thanh hỏi	問聲 low-falling-rising	低降升調，發聲起音聲調突然下降，到中間時升高，並以低音結尾。 備註：問聲可出現在所有音節中，但音節尾音為 p、t、ch、c 時例外。
thanh sắc	銳聲 high-rising	高升調，發聲起音較平聲略高，約近一半時驟然上升並以高音結尾。
thanh nặng	重聲 low-falling broken	低降調，發聲起音聲調急遽下降，並以強烈地聲門塞音快速結尾。

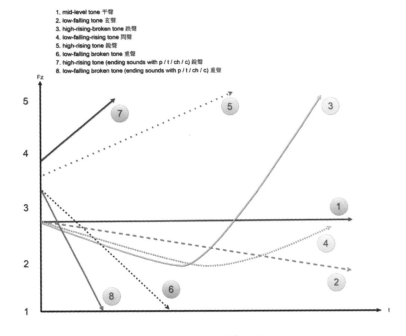

1. mid-level tone 平聲
2. low-falling tone 玄聲
3. high-rising-broken tone 跌聲
4. low-falling-rising tone 問聲
5. high-rising tone 銳聲
6. low-falling broken tone 重聲
7. high-rising tone (ending sounds with p / t / ch / c) 銳聲
8. low-falling broken tone (ending sounds with p / t / ch / c) 重聲

圖 1：越語聲調

聲調練習　　　　　　　　　　　　　　▶MP3-03

平聲	玄聲	銳聲	問聲	跌聲	重聲
ma	mà	má	mả	mã	mạ
me	mè	mé	mẻ	mẽ	mẹ
mi	mì	mí	mỉ	mĩ	mị
mo	mò	mó	mỏ	mõ	mọ
mu	mù	mú	mủ	mũ	mụ

6. 常用口語　　　　　　　　　　　　▶MP3-04

· Chào em. Em có khỏe không?　同學好。你好嗎？

· Em khỏe. Cảm ơn cô. Còn cô?　我很好。謝謝老師，你呢？

· Cô cũng khỏe. Cảm ơn.　我也很好，謝謝。

· Hẹn gặp lại!　再見！

參考文獻：

1. 阮才謹 [Nguyễn Tài Cẩn] (1995)。越南語文語音歷史教程。教育出版社，河內，348 頁。

2. 段僷述 [Đoàn Thiện Thuật] (1997)。越語語音教程。專業大學出版社，河內，354 頁。

3. 阮越香 [Nguyễn Việt Hương] (2014)。越語初級教程 1。河內國家大學出版社，240 頁。

Bài 3
Sự Kết Hợp Giữa Nguyên Âm và Âm Cuối

元音與尾音的結合

1. 前元音與尾音的結合

尾音 前元音	m	n	nh	ng	p	t	ch	c	u	o
e	em	en	-	eng	ep	et	-	ec	-	eo
ê	êm	ên	ênh	-	êp	êt	êch	-	êu	-
i	im	in	inh	-	ip	it	ich	-	iu	-
iê	iêm	iên	-	iêng	iêp	iêt	-	iêc	iêu	-

請讀出下列詞彙： ▶MP3-05

em đẹp	êm đềm	tiết học
im lặng	tiên tiến	viếng thăm

2. 央元音與尾音的結合

尾音 央元音	m	n	nh	ng	p	t	ch	c	u	o	i	y
a	am	an	anh	ang	ap	at	ach	ac	au	ao	ai	ay
ă	ăm	ăn	-	ăng	ăp	ăt	-	ăc	-	-	-	-
â	âm	ân	-	âng	âp	ât	-	âc	âu	-	-	ây
ơ	ơm	ơn	-	-	ơp	ơt	-	-	-	-	ơi	-
ư	ưm	ưn	-	ưng	-	ưt	-	ưc	ưu	-	ưi	-
ươ	ươm	ươn	-	ương	ươp	ươt	-	ươc	ươu	-	ươi	-

請讀出下列詞彙： ▶MP3-06

ao cá	ưu tư	nhanh chậm
ươm mầm	ngửi mùi	tất cả

3. 後元音與尾音的結合

尾音 後元音	m	n	ng	p	t	c	i	y
o	om	on	ong	op	ot	oc	oi	-
ô	ôm	ôn	ông	ôp	ôt	ôc	ôi	-
u	um	un	ung	up	ut	uc	ui	uy
uô	uôm	uôn	uông	uôp	uôt	uôc	uôi	-

請讀出下列詞彙：   ▶MP3-07

ông bà	con ong	nguy hiểm
tỏi ớt	uống nước	tốt đẹp

4. 頭音與單元音的結合

頭音＼單元音	a	e	ê	i (y)	o	ô	ơ	u	ư
b	ba	be	bê	bi	bo	bô	bơ	bu	bư
k	-	ke	kê	ki	-	-	-	-	-
q	-	-	-	-	-	-	-	qu	-
c	ca	-	-	-	co	cô	cơ	cu	cư
d	da	de	dê	di	do	dô	dơ	du	dư
gi	gia	gie	giê	gi	gio	giô	giơ	giu	giư
đ	đa	đe	đê	đi	đo	đô	đơ	đu	đư
g	ga	-	-	-	go	gô	gơ	gu	gư
gh	-	ghe	ghê	ghi	-	-	-	-	-
h	ha	he	hê	hi	ho	hô	hơ	hu	hư
l	la	le	lê	li	lo	lô	lơ	lu	lư
kh	kha	khe	khê	khi	kho	khô	khơ	khu	khư
m	ma	me	mê	mi	mo	mô	mơ	mu	mư
n	na	ne	nê	ni	no	nô	nơ	nu	nư
ph	pha	phe	phê	phi	pho	phô	phơ	phu	phư
r	ra	re	rê	ri	ro	rô	rơ	ru	rư
s	sa	se	sê	si	so	sô	sơ	su	sư
t	ta	te	tê	ti	to	tô	tơ	tu	tư
v	va	ve	vê	vi	vo	vô	vơ	vu	vư

請讀出下列詞彙：   ▶MP3-08

bi bô	tự tin	chia rẽ
se sẻ	dư giả	no nê
lê thê	vu vơ	đu đủ
rô phi	dơ bẩn	tỷ giá

5. 區分聲調：平聲－玄聲－銳聲　　　▶MP3-09

ma-mà-má	ne-nè-né	lo-lò-ló	tu-tù-tú
da-dà-dá	le-lè-lé	to-tò-tó	hu-hù-hú
gia-già-giá	khe-khè-khé	so-sò-só	nu-nù-nú
pha-phà-phá	ve-vè-vé	ro-rò-ró	ru-rù-rú

6. 頭音與韻母的結合

頭音 ＼ 韻母	om	ôm	ơm	ăm	âm
đ	đom	đôm	đơm	đăm	đâm
l	lom	lôm	lơm	lăm	lâm
m	mom	môm	mơm	măm	mâm
n	nom	nôm	nơm	năm	nâm
h	hom	hôm	hơm	hăm	hâm
r	rom	rôm	rơm	răm	râm
ch	chom	chôm	chơm	chăm	châm
s	som	sôm	sơm	săm	sâm

7. 朗讀練習　　　▶MP3-10

請朗讀以下短詩：

Ta làm con chim hót

Ta làm một cành hoa

Ta nhập vào hoà ca

Một nốt trầm xao xuyến.

Một mùa xuân nho nhỏ

Lặng lẽ dâng cho đời

Dù là tuổi hai mươi

Dù là khi tóc bạc.

(Nguồn: Trích từ bài thơ "Một mùa xuân nho nhỏ" của Thanh Hải)

8. 聽力練習 ▶MP3-11

a. 請聆聽音檔並標出正確的聲調。

chao cô	chao thây	chao cac em	chao ban
ba ma	banh mi	may bay	vê nha

b. 請聆聽音檔並填入聲調正確之詞彙。

1) _____ đang ăn _____ (tối, tôi)

2) Mua _____ tàu _____ quê mẹ. (về, vé)

3) _____ cháu vào thăm nhà _____ (mới, mời)

4) Em thích _____ tranh cả gia đình vui _____ (vẽ, vẻ)

5) Quét nhà _____ sẽ rồi mới đọc _____ (sách, sạch)

9. 常用口語 ▶MP3-12

· Đây là cô giáo em. 這是我的老師。

· Cô giáo em là người Việt Nam. 我的老師是越南人。

· Kia là bạn học của em. 那是我同學。

· Cô ấy là người Đài Loan. 她是臺灣人。

回家作業

1. 請朗讀以下短詩： ▶MP3-13

Lượm

Cháu đi đường cháu,

Chú lên đường ra,

Đến nay tháng sáu,

Chợt nghe tin nhà.

(Thơ của Tố Hữu)

2. 請標出以下音節中的錯誤並解釋原因：

oă	iêi	ăy	ơu	oy	ănh
uac	ci	gê	ghơ	ghu	ăon

Sài Gòn

西貢

Bài 4
Sự Kết Hợp Giữa Nguyên Âm Đôi Và Âm Cuối

雙元音與尾音的結合

1. 雙元音表

▶MP3-14

順序	雙元音	例如
1	ai	trai gái（男女）、tai（耳朵）
2	ao	cháo（稀飯）、bão（颱風）
3	au	tàu lửa（火車）sau（後）
4	âu	đầu（頭）、châu Âu（歐洲）
5	ay	tay（手）、máy（機）
6	ây	mấy（幾）、đây là（這是）
7	eo	mèo（貓）、heo（豬）
8	êu	lều（帳篷）、nghêu（蛤蜊）
9	ia	tia nắng（陽光）、chia tay（分手）
10	iê	biển（海）、tiền（錢）
11	yê	tình yêu（愛情）、bình yên（平安）
12	iu	chút xíu（一點點）、chịu khó（刻苦；能吃苦的）
13	oa	hoa（花）、văn hóa（文化）
14	oă	tóc xoăn（捲頭髮）、hoặc（或者）
15	oe	sức khỏe（健康）、cười toe toét（開懷大笑）
16	oi	mọi người（大家）、nói（說）
17	ôi	tôi（我）、môi（嘴唇）
18	ơi	đi chơi（去玩）、trời ơi（天啊）
19	ua	món quà（禮物）、thông qua（通過）
20	ưa	mưa（下雨）、ngựa（馬）
21	uê	ân huệ（恩惠）、tuệ tinh（彗星）
22	ui	núi（山）、mũi（鼻子）
23	ưi	ngửi mùi（聞）、gửi（發送）
24	uô	muốn（要）、cái cuốc（鋤頭）
25	ươ	trước（前）、ước mơ（夢想）
26	ưu	ưu tú（優秀）、lưu trú（居留）
27	uy	uy tín（威信）、tuy nhiên（然而）

2. 頭音與雙元音的結合

頭音 ＼ 雙元音	ai	ao	au	âu	ay	ây	eo	êu	ia
b	bai	bao	bau	bâu	bay	bây	beo	bêu	bia
m	mai	mao	mau	mâu	may	mây	meo	mêu	mia
ph	phai	phao	phau	phâu	phay	phây	pheo	phêu	phia
v	vai	vao	vau	vâu	vay	vây	veo	vêu	via
t	tai	tao	tau	tâu	tay	tây	teo	têu	tia
th	thai	thao	thau	thâu	thay	thây	theo	thêu	thia
h	hai	hao	hau	hâu	hay	hây	heo	hêu	hia

請讀出下列詞彙：　　　　　　　　　　　　　　　　　▶MP3-15

máy bay	hây hây	lêu têu
heo béo	vây cá	cái tai

3. 三元音表　　　　　　　　　　　　　　　　　　▶MP3-16

順序	三元音	例如
1	iêu	biểu tả（表達）、hộ chiếu（護照）
2	oai	xoài（芒果）、điện thoại（電話）
3	oay	ghế xoay（旋轉椅）、loay hoay（忙著）
4	uây	khuây khỏa（放鬆）、bánh quẩy（油條）
5	uôi	buổi sáng（早上）、trái chuối（香蕉）
6	ươi	mười（十）、người（人）
7	ươu	hươu cao cổ（長頸鹿）、rượu（酒）
8	uya	đêm khuya（夜深）、giấy pơ luya（蔥皮紙）
9	uyê	nói chuyện（說話）、khuyến khích（鼓勵）

4. 頭音與三元音的結合

頭音 ＼ 三元音	iêu	oai	oay	uôi	ươi	ươu
b	biêu	boai	boay	buôi	bươi	bươu
l	liêu	loai	loay	luôi	lươi	lươu
x	xiêu	xoai	xoay	xuôi	xươi	xươu
s	siêu	soai	soay	suôi	sươi	sươu
kh	khiêu	khoai	khoay	khuôi	khươi	khươu
ch	chiêu	choai	choay	chuôi	chươi	chươu
t	tiêu	toai	toay	tuôi	tươi	tươu

請讀出下列詞彙： ▶MP3-17

liêu xiêu	soái ca	chim khướu
tiêu tiền	choai choai	khuấy động
loài hươu	loay hoay	xanh tuya
trái xoài	tí toáy	rượu bia

5. 區分聲調：平聲－問聲－跌聲－重聲　▶MP3-18

ơi-ởi-ỡi-ợi	ao-ảo-ão-ạo	meo-mẻo-mẽo-mẹo
vơi-vởi-vỡi-vợi	sao-sảo-são-sạo	hiêu-hiểu-hiễu-hiệu
ôi-ổi-ỗi-ội	oai-oải-oãi-oại	muôi-muổi-muỗi-muội
tôi-tổi-tỗi-tội	toai-toải-toãi-toại	chuyên-chuyển-chuyễn-chuyện

6. 區分聲調　▶MP3-19

xa-xà-xá-xả-xã-xạ	khoe-khòe-khóe-khỏe-khõe-khọe
bo-bò-bó-bỏ-bõ-bọ	ngưa-ngừa-ngứa-ngửa-ngữa-ngựa
hoa-hòa-hóa-hỏa-hõa-họa	cuôi-cuồi-cuối-cuổi-cuỗi-cuội
mua-mùa-múa-mủa-mũa-mụa	muôn-muồn-muốn-muổn-muỗn-muộn
ngưi-ngừi-ngứi-ngửi-ngữi-ngựi	tuyên-tuyền-tuyến-tuyển-tuyễn-tuyện

7. 朗讀練習   ▶MP3-20

請朗讀以下短詩：

Qua Đèo Ngang

Bước tới Đèo Ngang bóng xế tà,

Cỏ cây chen đá, lá chen hoa.

Lom khom dưới núi tiều vài chú,

Lác đác bên sông chợ mấy nhà.

(Thơ của Bà Huyện Thanh Quan)

8. 聽力練習   ▶MP3-21

a. 請聆聽音檔並標出正確的聲調。

ưa nhin	quôc khanh	hưu tri	tôi khuya
ươc mơ	quyên truyên	may bay	lan mây
tui xach	qua chuôi	cây mia	chiêu muôn

b. 請聆聽音檔並填寫缺少的韻母。

1) T_____ hiểu câu h_____ này. (ỏi, ôi)

2) Tôi th_____ xem phim Hàn Q_____ (uốc, ích)

3) B_____ sáng, tôi thích đọc truyện c_____ (uổi, ười)

4) Ngày m_____ cả nhà đi nghỉ m_____ (át, ai)

5) Con ng_____ phải có sức kh_____ tốt. (ỏe, ười)

9. 常用口語   ▶MP3-22

· Ngọc đi đâu? 玉去哪裡？

· Tôi về quê. 我回家鄉。

· Chào Như Ý. Bạn đi đâu vậy? 如意您好。您去哪裡？

· Mình đi học tiếng Việt. 我去上越語課。

參考文獻：

1. 段僐述 [Đoàn Thiện Thuật] (1997)。*越語語音教程*。專業大學出版社，河內，354 頁。

回家作業

1. 請朗讀以下短句（須注意聲調）。 ▶MP3-23

　－ Xin hỏi, anh tên là gì?

　・Tên tôi là Minh Trí.

　－ Anh là người nước nào?

　・Tôi là người Đài Loan.

2. 請朗讀以下短詩：

Hoa Sen

　Trong đầm gì đẹp bằng sen

　Lá xanh bông trắng lại chen nhị vàng

　Nhị vàng bông trắng lá xanh

　Gần bùn mà chẳng hôi tanh mùi bùn

　(Thơ của Phùng Quán)

3. 請修正以下音節中的錯誤並解釋原因。

ghà	cẻ	nghon
xóon	khuyan	cửang

Bài 5
Thực Hành Phát Âm

發音練習

1. 容易混淆的元音 ▶MP3-24

e-ê	tẻ-tể	mẽ-mễ	thẻ-thể
a-ă-â	an-ăn-ân	nám-nắm-nấm	cham-chăm-châm
o-ô-ơ	to-tô-tơ	mót-mốt-mớt	tói-tối-tới
u-ư	tu-tư	úng-ứng	chụt-chựt

2. 容易混淆的輔音 ▶MP3-25

d-đ	dã-đã	dâng-đâng	dúng-đúng
t-th	tả-thả	tâng-thâng	túng-thúng
l-n	lạ-nạ	làng-nàng	lúng-núng
x-s	xa-sa	xáng-sáng	xúng-súng
ch-tr	cha-tra	chang-trang	chúng-trúng
g-gh	ga-ghi	go-ghê	gu-ghe
ng-ngh	nga-nghe	ngô-nghiêng	ngu-nghe

3. 容易混淆的韻母 ▶MP3-26

an-anh	tan-tanh	vãn-vãnh	cạn-cạnh
óc-ốc	tóc-tốc	hóc-hốc	mọc-mộc
ai-ay	tai-tay	thái-thấy	mái-mấy
in-it	tín-tít	mịn-mịt	vịn-vịt
uốc-uôn	cuốc-cuốn	cuộc-cuộn	muộc-muộn
ưu-iêu	mưu-miêu	hựu-hiệu	ngưu-nghiêu
oai-oay	choai-choay	thoái-thoáy	hoại-hoạy
iếc-iết	chiếc-chiết	biếc-biết	tiếc-tiết
iêng-uyên	nghiêng-nguyên	tiếng-tuyến	khiêng-khuyến
in-inh	tin-tinh	vịn-vịnh	nín-nính
oăn-oăng	xoăn-xoăng	khoăn-khoăng	ngoăn-ngoăng
uân-uyên	luân-luyên	huấn-huyến	luận-luyện

4. 結合不同聲調

▶MP3-27

4.1. 結合平聲與玄聲

ra ngoài	chiều thu	làng quê
thay đồ	nhà văn	gia đình

4.2. 結合平聲與問聲

vui vẻ	tiêu biểu	tươi trẻ
khả năng	chia sẻ	ngủ ngon

4.3. 結合平聲與銳聲

xanh biếc	tươi tắn	tiên tiến
phát ngôn	danh giá	ước mơ

4.4. 結合平聲與跌聲

khe khẽ	xin lỗi	tiễn đưa
lãng quên	mưa bão	hãng phim

4.5. 結合問聲與跌聲

sửa chữa	ngữ cảnh	văn cảnh
mỹ phẩm	lãng tử	rảnh rỗi

4.6. 結合問聲與重聲

địa chủ	khẩu hiệu	thể loại
trẻ đẹp	chuẩn bị	hiểm họa

4.7. 結合跌聲與銳聲

lãng phí	thoáng đãng	tiễn khách
đối đãi	ngữ pháp	ý nghĩa

5. 腔調 ▶MP3-28

5.1. 在越語中，疑問句尾需提高聲調

例 1

Cô ấy đi đâu? 她去哪裡？

- Cô ấy về nhà. 她回家。

例 2

Em là người nước nào? 你是哪國人？

- Em là người Đài Loan. 我是臺灣人。

5.2. 說話時的節奏

例 1

・Tôi là / sinh viên / ngành Đông Nam Á / tại / trường Đại học Chính Trị.

我是政治大學東南亞系的學生。

例 2

・Mai / đi hiệu sách / mua / truyện dân gian / cho em gái.
阿梅去書店買民間故事書給妹妹。

5.3. 大寫規則

需大寫的情況含句子的首個字母、姓名、地名、機關、組織的名稱等的首個字母。

– 句子的首字，例如：Hằng ngày, tôi thức dậy lúc 6 giờ sáng.

– 姓名，例如：Lê Thị Nhâm, Phan Thị Thanh, Lê Kiến Thành…

– 地名，例如：Đài Loan, Việt Nam, Hạ Long, Đài Bắc…

– 組織的名稱，例如：Đại học Chính Trị Quốc gia, Bộ Công nghiệp, Hiệp hội Thương mại…

6. 造字規則：複合詞與詞綴

a. 在越南語中，造新詞彙時「複合詞」相當重要。「複合詞」為造字法的其中一種，由兩個（或以上）字詞組成的新詞彙，即稱為「複合詞」。例如：

- người「人」+ đẹp「漂亮」➜ người đẹp「美女」
- quốc「國」+ gia「家」➜ quốc gia「國家」
- xe「車」+ máy「機」➜ xe máy「摩托車」
- sự「事」+ thực「實」➜ sự thực「事實」
- việc「事」+ làm「做」➜ việc làm「工作」

b. 詞綴則擔任另一個重要角色，透過添加一個（或多個）語素到單詞中結合成新詞彙。例如：

- sự（量詞）+ biến đổi「變化」（動詞）➜ sự biến đổi「變化」（名詞）
- buổi（量詞）+ họp「開會」（動詞）➜ buổi họp「開會」（名詞）
- cuộc（量詞）+ vui「開心」（形容詞）➜ cuộc vui「娛樂」（名詞）
- cái（量詞）+ hành động「行動」（動詞）➜ cái hành động「行動」（名詞）

7. 常用口語   ▶MP3-29

- Hôm nay, thư viện có mở cửa không? 今天圖書館有開嗎？
- Không, thư viện đóng cửa vào cuối tuần. 不，圖書館週末休館。
- Lan có thích đi dã ngoại không? 阿蘭喜歡去野餐嗎？
- Có, Lan thích đi dã ngoại. 有，蘭喜歡去野餐。

參考文獻：

1. 段僐述 [Đoàn Thiện Thuật] (1997)。越語語音教程。專業大學出版社，河內，354 頁。

回家作業

1. 請修正下列句子中需要大寫的單字：

‧ cộng hòa xã hội chủ nghĩa việt nam

‧ chủ tịch hiệp hội thương mại

‧ tôi là vân anh, sinh viên khoa ngoại giao tại trường đại học ngoại thương hà nội.

‧ thành phố đài bắc là trung tâm chính trị, kinh tế và văn hoá của đài loan.

2. 請重複抄寫下列句子：

- Chào bạn, bạn đang là sinh viên trường nào?

_____

- Mình đang là sinh viên chuyên ngành Đông Nam Á tại trường Đại học Chính Trị Đài Loan.

_____

3. 請說明以下各字母的聽寫規則：

k-c-q; gh-g; ng-ngh

4. 請朗讀以下短詩：（須注意聲調及節奏）　　　　　　▶**MP3-30**

Áo Lụa Hà Đông

Nắng Sài Gòn anh đi mà chợt mát

Bởi vì em mặc áo lụa Hà Đông

Anh vẫn yêu màu áo ấy vô cùng

Thơ của anh vẫn còn nguyên lụa trắng

(Thơ của Nguyên Sa)

Bài 1
Quốc Tịch, Ngôn Ngữ
國籍、語言

1.1 Cuộc hội thoại giữa Mai và Nam

Mai: Xin hỏi, anh tên là gì?

Nam: Tên anh là Nam. *Còn* em?

Mai: Em tên là Mai. Xin lỗi, họ tên của anh là gì ạ?

Nam: Họ tên anh là Nguyễn Quốc Nam.

Mai: Anh là *người nước nào*?

Nam: Anh là người Đài Loan. Em là người Hàn Quốc, *phải không*?

Mai: Không phải ạ, em là người Nhật Bản.

1.2 Cuộc hội thoại giữa Gia Linh và Văn Thành

Gia Linh: Chào bạn. Bạn là người Việt, *phải không*?

Văn Thành: Đúng rồi, mình là sinh viên Việt Nam tại một trường đại học của Đài Loan. Bạn biết nói tiếng Việt không?

Gia Linh: Tôi biết nói tiếng Việt một chút. Tôi là sinh viên năm nhất, khoa Đông Nam Á, trường Đại học Chính Trị.

Văn Thành: Cô giáo bạn là người Việt, *phải không*?

Gia Linh: Đúng rồi, cô giáo mình là người Việt. Tiếng Việt phát âm khó lắm!

Văn Thành: Tiếng Trung cũng khó lắm.

Gia Linh: Anh nói tiếng Trung rất khá.

Văn Thành: Vậy à! Tôi thấy tiếng Trung của tôi cũng tạm ổn.

Từ Mới 生詞   ▶MP3-32

xin hỏi	請問	trường	學校
tên	名字	đại học	大學
là gì	是什麼	biết	知道
còn	還有	nói	說
xin lỗi	不好意思	tiếng Việt	越語
người	人	một chút	一點點
nước nào	哪個國家	khoa	系
Đài Loan	臺灣	Đông Nam Á	東南亞
Hàn Quốc	韓國	chính trị	政治
phải không	是嗎	năm nhất	大一
Nhật Bản	日本	cô giáo	女老師
Việt Nam	越南	khó	難
đúng rồi	對了	phát âm	發音
sinh viên	學生	lắm	太
tạm ổn	還可以	khá	相當；好
cũng	也	vậy à	這樣喔

Ngữ Pháp 文法

1. nào?：「哪」，放在疑問句尾以要求選擇。

例 · Loan là người nào? 阿樂是哪位？

· Loan là cô gái có mái tóc dài, rất đẹp. 阿樂是長頭髮、很漂亮的女生。

· Chúng ta học ở tòa nhà nào? 我們在哪棟大樓上課？

· Chúng ta học ở tòa nhà A. 我們在 A 大樓上課。

2. người nước nào?：「哪國人？」，疑問句，用以詢問對方國籍。

> 主語 **+ người nước nào?**
> 主語 **+ là + người** 國家名稱

例 · Anh là người nước nào? 你是哪國人？

· Tôi là người Đài Loan. 我是臺灣人。

3. ...phải không?：「……是嗎？」，是否問句，放在句尾。回答時以自己的狀況選擇肯定或否定句。

> 主語 **+ là +** 名詞 **+ phải không?**
> **- Vâng,** 主語 **+ là +** 名詞
> **- Không,** 主語 **+ không phải là +** 名詞

例 · Xin lỗi. Chị là giáo viên, phải không? 不好意思。你是老師，是嗎？

· Đúng rồi, tôi là giáo viên. 是的，我是老師。

· Anh là thương gia Đài Loan, phải không? 你是臺灣商人，對嗎？

· Không, tôi không phải là thương gia. Tôi là kỹ sư.
不是，我不是商人。我是工程師。

4. 連接詞 **còn**：用於敘述與前面不同的情況，類似於中文的「而」。

例 · Tôi là giáo viên. Còn anh? 我是老師。你呢？

· Tôi là người Cao Hùng, còn bạn ấy là người Đài Bắc.
我是高雄人，而他是臺北人。

Luyện Nói 口說練習

Hãy thực hành nói theo cặp.（兩人一組練習對話）

範例：

Anong / Thái Lan

Mai / Việt Nam

Anong: Xin lỗi, bạn tên là gì?

Mai: Tên tôi là Mai. Còn bạn?

Anong: Tôi là Anong, người Thái Lan. Bạn là người nước nào?

Mai: Tôi là người Việt Nam.

1) Dannie / Ấn Độ

Âu Dương / Trung Quốc

2) Akamura / Nhật Bản

Yong Lee / Hàn Quốc

3) Wati / Malaysia   Dugis / Indonesia

Luyện Nghe 聽力練習   ▶MP3-33

Hãy nghe rồi điền dấu vào các từ bên dưới:

（請聆聽音檔並標出正確的聲調）

- Chi ây la nguơi Thai Lan. Chung tôi la nguơi Viêt Nam. Chung ta đêu la sinh viên tai Đai Loan.

- Cac em co phai la nguơi Trung Quôc không? - Không phai, chung em không phai la nguơi Trung Quôc. Chung em la nguơi Đai Loan.

- Ba tôi la nguơi Đưc. Con me tôi la nguơi Viêt Nam.

- Cac em la sinh viên nguơi Đai Loan, phai không? Vâng, chung em là sinh viên nguơi Đai Loan.

Ngữ Vựng 詞彙運用

1. Hãy điền từ thích hợp vào chỗ trống:
（請用適當的單字填空）

chào	Việt Nam	sinh viên	tại	Đài Loan

_____ các bạn. Tôi là Lệ Dung. Tôi là người _____ Tôi

là _____ năm thứ nhất _____ trường Đại học Chính Trị. Còn

đây là Quốc Khánh. Anh ấy là sinh viên người _____.

2. Hãy viết thêm những từ cùng loại với các từ sau đây:
（請寫出與下列詞彙同類型的詞語）

Việt Nam, Đài Loan: _____

_____

cô ấy, anh ấy: _____

_____

Luyện Viết 寫作練習

1. Hãy dùng "...phải không?" để viết các câu nghi vấn.

（請用「**...phải không?**」的句型，為下列句子寫出對應的問句）

1) _____?

Vâng. Chị ấy tên là Ngọc Anh.

2) _____?

Không. Cô ấy không bận.

3) _____?

Không, mẹ em không phải là bác sĩ. Mẹ em là y tá.

2. Hãy hoàn thành đoạn hội thoại sau đây:

（請完成對話）

Tony: Chào chị. Tôi là Tony. Còn chị, chị tên _____?

Tú Châu: Chào anh. Tên tôi là Tú Châu. Anh là _____, phải không?

Tony: Đúng rồi, tôi _____ người Thụy Điển. Còn chị?

Tú Châu: Tôi là người Đài Loan. Anh làm việc tại Việt Nam, _____?

Tony: Đúng rồi, tôi làm việc _____ Sài Gòn. Chị làm nghề gì?

Tú Châu: Tôi là _____ tiếng Trung.

3. Hãy dùng liên từ "còn" để viết lại các câu sau đây:

（請用連接詞「**còn**」改寫以下句子）

範例：Anh Martin là người Na Uy. Anh Kilian là người Đức.

→ Anh Martin là người Na Uy, còn anh Kilian là người Đức.

1) Đây là bố tôi. Kia là mẹ tôi.

_____

2) Kim giỏi tiếng Anh. Ngọc giỏi tiếng Trung.

_____

3) Tôi ăn cơm. Lan ăn phở.

_____

> **Tục ngữ: Có công mài sắt, có ngày nên kim**
> 諺語：只要功夫深，鐵杵磨成針

Bài 2
Gia Đình
家庭

1.1 Một cuộc hội thoại giữa Yến và Thành

Yến: Gia đình bạn có *mấy* người?

Thành: Gia đình tôi có 7 *người*: ông bà nội,
ba mẹ, chị gái, tôi và em trai.

Yến: Chị gái bạn đã lập gia đình chưa?

Thành: Chị ấy đã lấy chồng rồi.

Yến: Chị gái bạn có con chưa?

Thành: Chị ấy có một bé trai mới sinh, gần hai tháng tuổi.

Yến: Chúc mừng gia đình bạn!

1.2 Một cuộc hội thoại giữa Hưng, Mai và Thùy

Hưng: Chào Mai. Lâu lắm rồi không gặp em. Em khỏe không?

Mai: Em khỏe ạ. Còn anh?

Hưng: Anh khỏe. À, *đây* là em gái của anh, tên Thùy.

Mai: Ôi, em ấy xinh gái quá! Em ấy là sinh viên *à*?

Hưng: Ừ, em ấy là sinh viên.

Thùy: *Đây là ai*, anh Hưng?

Hưng: Giới thiệu với em: *Đây* là Mai, đồng nghiệp của anh.

Thùy: Rất vui được gặp chị Mai.

Mai: Chị cũng rất vui được gặp em.

Từ Mới 生詞　▶MP3-35

gia đình	家庭	tháng	月
mấy	幾	tuổi	歲
ông nội	爺爺	chúc mừng	恭喜
bà nội	奶奶	lâu	久
ba / bố	爸爸	em gái	妹妹
má / mẹ	媽媽	xinh gái	漂亮
chị gái	姐姐	sinh viên	大學生
em trai	弟弟	đây là	這是
lập gia đình	結婚	giới thiệu	介紹
lấy chồng	嫁人	đồng nghiệp	同事
con	孩子	được	可以；得到
bé trai	男孩子	gặp	見面
mới	剛剛；新	sinh	生（漢越字）

Ngữ Pháp 文法

1. ai：「誰」，可用於主格或受格，回答時要用名詞回答。

例 ・Cô ấy là ai? 她是誰？

・Cô ấy là dì tôi. 她是我阿姨。

・Ai là sinh viên? 誰是學生？

・Mai Hoa là sinh viên. 梅花是學生。

2. 指定代詞：đây「這」，**kia / đó / đấy**「那」。

－ **đây**：「這」，表距離說話者近的人事物。

例 ・Đây là ai? 這是誰？

・Đây là bà nội tôi. 這是我奶奶。

－ **kia**：「那」，表距離說話者及聽者皆遠的人事物。

例 ・Kia là ai? 那是誰？

・Kia là em trai tôi. 那是我弟弟。

－ **đó / đấy**：「那」，表距離說話者遠但距離聽者近的人事物。

例 ・Đấy là ai? 那是誰？

・Đấy là bạn tôi. 那是我朋友。

3. 敘事句

> 主語（名詞、代詞）＋動詞＋補語

例 ・Gió thổi mạnh. 風吹得很強。

・Sinh viên về nhà. 學生回家。

4. 數字

－個位數：

0- không	4- bốn	8- tám
1- một	5- năm	9- chín
2- hai	6- sáu	10- mười
3- ba	7- bảy	

－十位數中的「1」：除了「11」發音為「mười một」外，其他十位數的「十」皆發音「mươi」，十位數中的「1」皆發音「mốt」。

例

11: mười một

21: hai mươi mốt	31: ba mươi mốt
41: bốn mươi mốt	51: năm mươi mốt
61: sáu mươi mốt	71: bảy mươi mốt
81: tám mươi mốt	91: chín mươi mốt

※注意：「21」應該唸「hai mươi mốt」，而非「hai mươi một」。

－十位數中的「5」：

例

15: mười lăm	25: hai mươi lăm	35: ba mươi lăm
45: bốn mươi lăm	55: năm mươi lăm	65: sáu mươi lăm
75: bảy mươi lăm	85: tám mươi lăm	95: chín mươi lăm

※注意：「15」應該唸「mười lăm」，而非「mười năm」。

5. mấy「幾」**/ bao nhiêu**「多少」：皆用以詢問關於數量的多寡，但 mấy 用於數量較少的情況（通常為 10 以下），而 bao nhiêu 則用於數量較多的情況（10 以上）。

例
・Con chị mấy tuổi? 你的小孩幾歲？

・Con tôi 2 tuổi. 我的小孩 2 歲。

・Mẹ anh bao nhiêu tuổi? 你媽媽幾歲？

・Mẹ anh 60 tuổi. 我媽媽 60 歲。

6. à?：放在問句句尾，用以確認資訊是否正確，相當於中文的「嗎」。使用時，說話者與對方關係需相當親近，較為口語。

例
・Hôm nay, em không đi chơi à? 今天你不去玩嗎？

・Hôm nay, em đi học rồi. 今天我去上課了。

・Em ấy là sinh viên à? 她是大學生嗎？

・Ừ, em ấy là sinh viên. 是，她是大學生。

Luyện Nói 口說練習

Hãy trả lời các câu hỏi sau đây:
（請回答下列問題）

1) Ai sinh ra bố?

_____

2) Ai sinh ra mẹ?

_____

3) Gia đình bạn có mấy người?

_____

4) Anh trai của ba gọi là gì?

_____

5) Em trai của ba gọi là gì?

_____

6) Em gái của mẹ gọi là gì?

_____

Luyện Nghe 聽力練習   ▶MP3-36

1. Hãy nghe rồi viết số điện thoại:
（請聆聽音檔並寫出電話號碼）

1) Số điện thoại của cô Vân là _____

2) Số điện thoại của bạn Khánh là _____

3) Số điện thoại của bà ngoại là _____

4) Số điện thoại nhà em Linh là _____

2. Hãy nghe rồi lựa chọn đáp án đúng nhất.

（請聆聽音檔並勾選最符合的答案）

1) ☐ A. 8 người   ☐ B. 6 người   ☐ C. 5 người   ☐ D. 4 người

2) ☐ A. năm nhất   ☐ B. năm hai   ☐ C. năm ba   ☐ D. năm tư

3) ☐ A. nội trợ   ☐ B. trợ lý   ☐ C. y tá   ☐ D. bác sĩ

Ngữ Vựng 詞彙運用

Hãy lựa chọn đáp án đúng nhất để điền từ vào chỗ trống.

（請勾選最符合的答案）

1) Đây là ai? - _____ là dì tôi.

   ☐ A. đây   ☐ B. đó   ☐ C. kia   ☐ D. ấy

2) Kia là _____? - Kia là con tôi.

   ☐ A. Mai   ☐ B. ai   ☐ C. người   ☐ D. gì

3) Em trai của anh là sinh viên _____?

   ☐ A. và   ☐ B. gì   ☐ C. à   ☐ D. không

4) Lớp học này có _____ người? - Lớp học này có 20 sinh viên.

   ☐ A. mấy   ☐ B. có phải là ☐ C. phải không ☐ D. bao nhiêu

5) Đó là quyển sách, _____? - Đúng rồi, đó là quyển sách.

   ☐ A. đó   ☐ B. phải không ☐ C. không   ☐ D. gì

6) Mai Phương là người Việt, _____ Tâm Như là người Đài.

   ☐ A. còn   ☐ B. và   ☐ C. đều   ☐ D. đây

Luyện Viết 寫作練習

1. Hãy viết thành câu hoàn chỉnh cho các câu sau đây:
（請完成句子）

1) Chị có về nhà không?

   Không, _____

2) Ai là sinh viên?

   Chúng ta _____

3) Đây là số điện thoại của bạn à?

   Không, _____

4) Số điện thoại của bạn là gì?

   Số điện thoại của tôi là _____

5) Kia có phải là cô giáo của bạn không?

   Không, _____

2. Hãy viết một đoạn văn ngắn giới thiệu về gia đình của em.
（請介紹您的家庭）

_____

_____

_____

_____

_____

_____

_____

Phong Nậm, Cao Bằng

風埝，高平省

Tục ngữ: "Công cha như núi Thái Sơn
Nghĩa mẹ như nước trong nguồn chảy ra"
成語：父親之功勞如泰山／母親之愛恩如滾滾流水

Bài 3
Nghề Nghiệp
職業

Hội Thoại 會話 ▶MP3-37

1.1 Một cuộc hội thoại giữa Khánh và Hương

Khánh: Chào chị. Xin lỗi. Chị *có phải là* Hương không?

Hương: Đúng rồi, mình là Hương.

Khánh: Tên em là Khánh. Chị *làm nghề gì*?

Hương: Mình là giáo viên. Còn em?

Khánh: Em là kỹ sư ạ.

1.2 Một cuộc hội thoại giữa Hùng và Nga

Hùng: Chào chị. Tôi tên là Hùng.

Nga: Chào anh. Tôi tên Nga, rất vui được gặp anh.

Hùng: Tôi cũng rất vui được gặp chị.

Nga: Anh là người Đài Loan, phải không?

Hùng: Vâng. Tôi là người Đài Loan. Chị *làm nghề gì*?

Nga: Tôi là bác sĩ. Còn anh?

Hùng: Tôi là giám đốc của một công ty Đài Loan. Chị làm việc *ở đâu*?

Nga: Tôi làm việc *tại* bệnh viện Việt Đức Hà Nội. Còn anh?

Hùng: Tôi đang làm việc *tại* tập đoàn Hồng Hải Bắc Ninh.

Từ Mới 生詞			▶MP3-38
kỹ sư	工程師	Việt Đức	越德
làm việc	工作	Hà Nội	河內
nghề nghiệp	職業	tại	在
bác sĩ	醫生	tập đoàn	集團
giám đốc	經理	Hồng Hải	鴻海
bệnh viện	醫院	Bắc Ninh	北寧

Ngữ Pháp 文法

1. "nghề gì?"：「什麼工作？」，疑問句，詢問對方職業。

> 主語 **+ làm nghề gì?**
> **-** 主語 **+ là +** 職業名稱

例 · Anh làm nghề gì? 你做什麼工作？

· Tôi là họa sĩ. 我是畫家。

· Em ấy làm nghề gì? 她做什麼工作？

· Em ấy là sinh viên. 她是大學生。

2. ở / tại：「在」，地方介詞，放在名詞前面，表動作行為發生的地點。

例 · Chị Mai làm việc ở ngân hàng. 梅姐在銀行上班。

· Em ấy học tiếng Việt ở trường Đại học Chính Trị.
她在政大學習越南語。

3. ở đâu：「在哪裡？」，詢問地點。

例 · Phòng học ở đâu? 教室在哪裡？

· Phòng học ở trên núi. 教室在山上。

4. có phải là：「是不是」，確認資訊是否正確。

> **Xin lỗi,** 人稱代名詞 **+ có phải là +**_____ (không)?
> **- Vâng,** 人稱代名詞 **+ là +**_____.
> **- Không,** 人稱代名詞 **+ không phải là +**_____.

例 · Chị có phải là Lan không? 你是不是蘭？

· Vâng, tôi là Lan. 是的，我是蘭。

· Xin lỗi, anh có phải là người Trung Quốc? 不好意思，你是中國人嗎？

· Không, tôi không phải là người Trung Quốc. Tôi là người Đài Loan.
不，我不是中國人。我是臺灣人。

Luyện Nói 口說練習

Thực hành nói theo mẫu, hãy đặt câu hỏi và câu trả lời.

（請依據範例句型，造問句並回答）

範例：

ba em / kỹ sư / nhân viên	Xin lỗi. Ba em có phải là kỹ sư? - Không phải. Ba em là nhân viên.
1) mẹ / nội trợ / nội trợ	
2) cô ấy / bác sỹ / y tá	
3) ông ấy / họa sỹ / họa sỹ	
4) em ấy / sinh viên / học sinh	
5) cô ấy / giáo viên / giáo viên	
6) Minh / kỹ sư / doanh nhân	

Luyện Nghe 聽力練習　▶MP3-39

1. Hãy nghe rồi đánh dấu câu vào các từ sau đây:

（請聆聽音檔並標出正確的聲調）

nghê gi	ơ đâu	nôi trơ	hoa si
giam đôc	canh sat	ky sư	nha bao
ca si	trơ ly	bac si	lai xe

2. Hãy nghe rồi điền từ vào chỗ trống trong các câu sau đây:

（請聆聽音檔並填空）

1) Anh Nam là _____

2) Chúng tôi là _____

3) Họ là _____

4) Mẹ tôi là _____

5) Liên là _____

6) Các ông ấy là _____

7) Mai và Ngọc là _____

8) Chúng ta là _____

Ngữ Vựng 詞彙運用

Hãy sử dụng các từ cho sẵn ở bên dưới để điền từ vào chỗ trống.
（請用適當的單字填空）

đồng nghiệp	phóng viên	sinh viên
người Đài Loan	không phải là	bác sĩ

1) Cô ấy là _____ tại trường Đại học Chính Trị, Đài Loan.

2) Cô ấy là _____ của tôi.

3) Mẹ tôi là _____ tại bệnh viện Việt Đức, Hà Nội.

4) Sinh viên của tôi là _____

5) Không, tôi _____ Mai. Tôi là Vân.

6) Ông ấy là _____ của báo điện tử Vnexpress.

Luyện Viết 寫作練習

1. Hãy dùng "…có phải là…" để viết câu hỏi cho các câu trả lời sau đây:

（請用「**…có phải là…**」的句型，為下列句子寫出對應的問句）

範例：

→ Cô giáo bạn <u>có phải là</u> người Việt?

Đúng rồi, cô ấy là người Việt Nam.

1) _____ ?

   Đúng rồi, anh ấy là nhân viên ngân hàng.

2) _____ ?

   Không. Em ấy không phải là học sinh. Em ấy là sinh viên.

3) _____ ?

   Không phải. Các chị ấy không phải là kỹ sư. Các chị ấy là trợ lý giám đốc.

2. Hãy sử dụng các từ trong ngoặc để tạo câu.

（請運用括號中的詞彙造句）

_____ (y tá)

_____ (ngân hàng)

_____ (ở Hà Nội)

3. Hãy đặt 3 câu hỏi và 3 câu trả lời có liên quan đến nghề nghiệp.

（請寫出關於職業的 3 組問句及答句）

_____

_____

_____

> **Thành ngữ: Nói thì dễ, làm thì khó**
> 成語：知之非難，行之不易。

Bài 4
Thời Gian
時間

Cuộc hội thoại giữa Hoàng và Nga

Hoàng: Xem giúp mình, bây giờ là *mấy giờ rồi*?

Nga: Bây giờ là gần 3 giờ chiều *rồi*.

Hoàng: Muộn thế rồi à! Ngày mai bạn định làm gì?

Nga: Bạn định rủ mình đi đâu à?

Hoàng: Bạn có muốn đi thư viện với mình không?

Nga: Có, đi. Chúng ta đi thư viện *lúc mấy giờ*?

Hoàng: Mình chờ bạn ở thư viện *lúc* 8 giờ rưỡi sáng nhé?

Nga: Ừ. Đi thư viện về, mình muốn đi chơi bóng chuyền. Bạn có thích đi chơi cùng mình không?

Hoàng: Ồ, rất tiếc! Mình có hẹn với cô giáo lúc 2 giờ chiều rồi. Hẹn dịp khác nha!

Từ Mới 生詞			▶MP3-41
xem	看	định	打算
giúp	幫忙	giờ	小時；點
bây giờ	現在	muộn	晚
mấy giờ	幾點	thư viện	圖書館
rưỡi	半	chờ	等（待）
buổi sáng	早上	bóng chuyền	排球
buổi chiều	下午	rất tiếc	很可惜

Ngữ Pháp 文法

1. 100 以上的數字

100: một trăm	100.000: một trăm nghìn (ngàn)
1.000: một nghìn (ngàn)	1.000.000: một triệu
10.000: mười nghìn (ngàn)	1.000.000.000: một tỷ

※ 注意：越語數字當中，千位數的間隔皆以「點（.）」來表示，而非「逗號（,）」。

例 — 105: một trăm linh năm

— 1.020: một ngàn không trăm hai mươi

— 10.500: mười ngàn năm trăm

— 3.554.000: ba triệu năm trăm năm mươi tư ngàn

— 525.300.500: năm trăm hai lăm triệu ba trăm ngàn năm trăm

— 2.200.500.000: hai tỷ hai trăm triệu năm trăm ngàn

2. rồi：「了」，句末助詞，放在句尾，表事情已經發生了。

例 ・Con ăn cơm rồi. 我吃飯了。

・Em làm bài tập về nhà rồi. 我做完功課了。

3. mấy giờ：「幾點」，疑問詞，用來詢問事情發生的時間。

主語 + 動詞 + **lúc mấy giờ?**
- 主語 + 動詞 + **lúc** + 時間

例 ・Em ngủ dậy lúc mấy giờ? 你幾點起床？

・Em ngủ dậy lúc 6 giờ sáng. 我 6 點起床。

・Em đi học lúc mấy giờ? 你幾點去上學？

・Em đi học lúc 2 giờ chiều. 我下午 2 點去上學。

4. 時間的表達方式

數字 + **giờ** + 數字 + **phút**

例 9:30 – chín giờ rưỡi sáng

13:10 – một giờ mười phút chiều

10:45 – mười một giờ kém mười lăm phút sáng

5. tiếng 與 **giờ** 之差異

– **tiếng**：「小時」，表時間的長度（幾個小時）。

– **giờ**：「小時、點（鐘）」，表時間的長度（幾個小時）及時間點（幾點幾分）。

例 ・Tôi ngủ 8 tiếng một ngày. 我一天睡 8 個小時。

・Tôi học tiếng Việt 5 giờ một ngày. 我一天念 5 個小時越語。

・Bây giờ là 8 giờ sáng. 現在是早上 8 點。

6. 一天的時段

ban ngày 白天	buổi sáng 早上	buổi trưa 中午
buổi chiều 下午	buổi tối 晚上	ban đêm 深夜

Luyện Nói 口說練習

Hãy dựa theo lịch trình của chuyến bay để thực hành nói.

（兩人一組，依據下方航班時刻表互相造問句並回答）

Hãng hàng không 航空公司	Giờ khởi hành 出發時間	Giờ đến 到達時間	
VietJet Air 840	01:20	05:55	
Uni Airways 30	01:50	06:15	
China Airlines 782	10:50	15:15	
EVA Air 392	12:50	17:15	
Vietnam Airlines 570	16:25	21:05	

範例：A: Chuyến bay Vietnam airline khởi hành lúc mấy giờ?

越南航空的班機幾點起飛？

B: Chuyến bay khởi hành lúc 16:25 và hạ cánh lúc 21:05. Thời gian bay là 4 tiếng 40 phút.

飛機 16:25 起飛，21:05 抵達，總共需要 4 小時 40 分鐘。

Luyện Nghe 聽力練習 ▶MP3-42

Hãy nghe rồi điền từ vào chỗ trống.

（請聆聽音檔並填空）

Hiếu: Sáng nay, bạn đến trường lúc mấy giờ?

Dũng: Tôi đến trường lúc _____ còn bạn?

Hiếu: Tôi đến trường lúc _____.

Dũng: Bạn thường đi ngủ lúc _____?

Hiếu: Tôi thường đi ngủ lúc _____.

Ngữ Vựng 詞彙運用

Hãy sử dụng các từ cho sẵn ở bên dưới để điền từ vào chỗ trống.

（請用適當的單字填空）

buổi sáng	mấy giờ	lúc	thức dậy	từ
thường	tiếng	ban ngày	ban đêm	đến

1) Hằng ngày em _____ lúc _____?

   - Em thường ngủ dậy _____ 6:30 sáng.

2) Một ngày, chị thường làm việc mấy giờ?

   - Một ngày, chị _____ làm việc khoảng 8 _____,

   _____ 9 giờ sáng _____ 6 giờ chiều.

3) _____ là để đi làm, _____ là để nghỉ ngơi.

4) _____ là khoảng từ 1 giờ đến 10 giờ sáng.

Luyện Viết 寫作練習

1. Hãy sử dụng các từ có sẵn ở trong dấu ngoặc để trả lời các câu hỏi sau đây:

（請用指定的詞彙回答問題）

1) Bà về nhà lúc mấy giờ? (5:30 giờ chiều)

   _____

2) Chúng ta gặp nhau lúc mấy giờ? (10 giờ sáng)

   _____

3) Họ ăn tối lúc mấy giờ? (7 giờ tối)

   _____

4) Mấy giờ Mai đi thư viện đọc sách? (9:40 giờ sáng)

   _____

5) Chúng ta xuất phát lúc mấy giờ? (2 giờ chiều)

6) Lịch chiếu phim bắt đầu lúc mấy giờ? (7:35 giờ tối)

2. Hãy viết số bằng chữ tiếng Việt
（請用越語寫出下列數字）

1) 1.100

2) 12.000

3) 315.000

4) 1.235.500

Vịnh Hạ Long

下龍灣

Bài 5
Lịch Trình
行程表

Cuộc hội thoại giữa Dương và Mai

Dương:　Tối qua, em về nhà *lúc nào*?

Mai:　　Em về nhà lúc 9 giờ tối ạ.

Dương:　Hôm nay là ngày mấy?

Mai:　　Là thứ ba, ngày 27 tháng 8.

Dương:　Tuần sau là ngày Quốc khánh, em có lịch trình gì không?

Mai:　　Buổi sáng, em có hẹn đi café với các bạn học cũ. Buổi chiều, em và mẹ đến thăm một người họ hàng. Buổi tối, cả nhà em về quê ngoại.

Dương:　*Khi nào* em rảnh? Đi mua đồ với anh *nhé*?

Mai:　　9 giờ sáng, thứ bảy tuần này, anh đi được không?

Dương:　Được, anh đi được. Đi sớm về sớm *cũng* tốt.

Mai:　　Vâng ạ!

Dương:　Hôm đó, gặp em ở đâu?

Mai:　　Em chờ anh ở nhà. Anh qua đón em nhé?

Dương:　Được. Anh đến đón em.

Từ Mới 生詞   ▶MP3-44

tối qua	昨晚	bạn học	同學
hôm nay	今天	cũ	舊；老
tuần	週	thăm	拜訪
sau	後	họ hàng	親戚
ngày Quốc khánh	國慶日	quê	家鄉
lịch trình	行程表；日程	thứ bảy	星期六
buổi sáng	早上	sớm	早
buổi chiều	下午	chờ	等待
hẹn	約	đón	迎接

Ngữ Pháp 文法

1. 星期、日期、月份及年份

> **Ngày** 數字 **+ tháng** 數字 **+ năm** 數字

例 ・Ngày 20 tháng 10 năm 2021

(Ngày hai mươi tháng mười năm hai nghìn không trăm hai mốt)

2021 年 10 月 20 日

・Ngày 12 tháng 11 năm 2018

(Ngày mười hai tháng mười một năm hai không mười tám)

2018 年 11 月 12 日

※ 注意：在越語口語中，會在一個月頭十天的日期之前加上 mồng 或 mùng。

– 詢問星期幾，用「**thứ mấy?**」

例 ・Hôm nay là thứ mấy? - Hôm nay là thứ hai.

今天是星期幾？今天是星期一。

– 詢問日期，用「**mùng mấy? / mồng mấy? / ngày mấy? / ngày bao nhiêu?**」：mùng mấy? 和 mồng mấy? 用於詢問一個月的前十天（1 號～ 10 號），ngày mấy? 及 ngày bao nhiêu? 為通用問法。

例 ・Hôm nay là mùng mấy? - Hôm nay là mùng hai.

今天幾號？今天是二號。

– 詢問月份，用「**tháng mấy?**」

例 ・Tháng này là tháng mấy? - Tháng này là tháng chín.

這個月是幾月？這個月是九月。

– 詢問年份，用「**năm bao nhiêu?**」

例 ・Năm nay là năm bao nhiêu? - Năm nay là năm 2021.

今年是哪一年？今年是 2021 年。

2. nhé / nha / nhá：助詞，放在句尾，在不同情況下意思有些不同。

— 放在句尾，表說話者給予對方建議或希望得到對方認同。

例 ・Các em nhớ làm bài tập về nhà nhé. 各位同學記得寫回家作業喔。

・Vâng ạ, các em sẽ hoàn thành bài tập về nhà trước ngày mai ạ.
好的，我們會在明天之前完成回家作業。

— 放在陳述句句尾，用於對自己較親近的人，告知對方要做某事情。

例 ・Mẹ ơi, con đi nha. 媽媽，我走囉。

— 語氣溫柔地（或撒嬌地）請求他人幫忙。

例 ・Anh mua quà cho em nha! 你買禮物給我嘛！

3. bao giờ / khi nào / lúc nào：「何時？」或「什麼時候？」，時間副詞。

— bao giờ / khi nào / lúc nào：放在首句，詢問將來的時間點。

例 ・Khi nào anh đi Việt Nam? 你什麼時候要去越南？

・Ngày mai, anh đi Việt Nam 我明天要去越南。

・Lúc nào đến nhà anh chơi? 什麼時候會來我家？

・Tuần tới, em sẽ đến nhà anh chơi. 我下禮拜會去你家玩。

— bao giờ / khi nào / lúc nào：放在句尾，詢問過去的時間點。

例 ・Em học tiếng Việt từ bao giờ? 你從什麼時候開始學越語的？

・Em học từ năm ngoái. 我從去年開始學越語。

・Em đi du lịch Vịnh Hạ Long lúc nào? 你是什麼時候去下龍灣旅行的？

・Em đi Hạ Long vào tháng trước. 我是上個月去下龍灣的。

4. vẫn「還」，cũng「也」，đều「都」的運用

主語 + vẫn / cũng / đều + 動詞／形容詞

例 ・Mẹ tôi vẫn đang làm việc. 我媽媽還在上班。

・Tôi thích học tiếng Anh. Tôi cũng thích học tiếng Việt.
我喜歡學英語。我也喜歡學越南語。

・Chúng tôi đều là người Việt Nam. 我們都是越南人。

Luyện Nói 口說練習

Hãy thực hành nói theo mẫu.

（請依據下方所附節日資訊，造問句並互相回答）

範例：

A: Mùng 1 tháng 1 âm lịch là ngày gì?

B: Mùng 1 tháng 1 âm lịch là vào ngày Tết Nguyên đán.

1-1 âm lịch	Ngày Tết Nguyên đán
15-1 âm lịch	Ngày Tết Nguyên tiêu
10-3 âm lịch	Giỗ tổ Hùng Vương
8-3 dương lịch	Ngày Quốc tế Phụ nữ
15-8 âm lịch	Ngày Tết Trung thu
2-9 dương lịch	Ngày Quốc khánh
20-10 dương lịch	Ngày Phụ nữ Việt Nam
20-11 dương lịch	Ngày Nhà giáo Việt Nam

Luyện Nghe 聽力練習   ▶MP3-45

Hãy nghe rồi điền từ vào chỗ trống.

（請聆聽音檔並填空）

Hôm nay là _____, ngày sinh nhật của tôi. Tôi sinh năm

_____ Năm nay, cả gia đình và các bạn _____ đến

dự sinh nhật tôi. Chúng tôi có một _____ thật ý nghĩa và vui

vẻ.

Ngữ Vựng 詞彙運用

Hãy sử dụng các từ cho sẵn ở bên dưới để điền từ vào chỗ trống.

（請選用適當的詞語填空）

bây giờ	đều	bắt đầu
nơi nào	từ khi nào	có…không
cũng	tháng tới	tháng trước

Thắng: Cậu học tiếng Việt _____?

Yến: Mình _____ học tiếng Việt từ tháng 2 năm nay.

Thắng: _____ là giữa tháng 10. Vậy là bạn học được hơn nửa năm rồi.

Yến: Bạn _____ dự định đi Việt Nam chơi _____?

Thắng: Mình dự định _____ sẽ đi du lịch Việt Nam. Bạn đi Việt Nam khi nào?

Yến: Mình đi Việt Nam vào _____ .

Thắng: Bạn đi du lịch những _____?

Yến: Mình đi thăm Huế, Đà Nẵng và Nha Trang. Tất cả _____ rất tuyệt.

Thắng: Thích thật! Mình _____ muốn đi.

Luyện Viết 寫作練習

1. Hãy viết câu hỏi cho các câu trả lời sau đây:

（請為下列句子寫出對應的問句）

1) _____?

Sinh nhật của tôi là vào ngày 25 tháng 10.

2) _____?

Hôm qua là ngày mùng một âm lịch.

3) _____?

Ngày kia là thứ năm.

4) _____?

Ba năm sau là năm 2024.

5) _____?

Bốn năm sau, chúng tôi sẽ tốt nghiệp đại học.

6) _____?

Tôi sẽ đi thăm bạn vào tuần tới.

2. Hãy viết lịch trình hoạt động của em trong một kỳ nghỉ nào đó.

（請描述自己假日活動的行程表）

_____

_____

_____

_____

_____

_____

Hạ Long

下龍灣

Bài 6
Dự Định
計劃

Cuộc hội thoại giữa Thanh và Hải

Thanh: Bạn *đang* làm gì đấy? Bạn *đã* gửi báo cáo cho cô giáo *chưa*?

Hải: Mình *sắp* làm xong rồi, xíu nữa mình *sẽ* gửi.

Thanh: Là sinh viên ngành Đông Nam Á, bạn có dự định gì cho tương lai?

Hải: Mình *sẽ* học tiếng Việt thật tốt, bồi dưỡng kiến thức văn hóa và xã hội về khu vực này.

Thanh: Bạn còn trẻ mà *đã* có một dự định rất rõ ràng.

Hải: Cám ơn bạn đã quá khen! Cuối tuần này, bạn có về quê không?

Thanh: Mình *đã* về nhà hồi tuần trước rồi. Tuần này, mình *sẽ* ở lại trường. Còn bạn?

Hải: Tuần này là tuần lễ văn hóa, khoa mình có cuộc thi hát nên mình cũng ở lại Đài Bắc.

Thanh: Ồ, vui thế!

Từ Mới 生詞 ▶MP3-47

gửi	寄送	văn hóa	文化
báo cáo	報告	xã hội	社會
làm xong	完成	khu vực	區域
xíu nữa	（等）一下；一點	rõ ràng	清楚；明確
ngành học	專業；科系	quá khen	過獎
dự định	計畫；預定	tuần lễ	週
tương lai	將來	khoa	系
bồi dưỡng	培養	cuộc thi	比賽
kiến thức	知識	hát	唱歌

Ngữ Pháp 文法

1. đã / đang / sẽ：「已經／正在／將會」。

> 主語 + **đã / đang / sẽ** + 動詞／形容詞

- đã 過去式

例 ・Chị tôi đã lập gia đình. 我姐姐已經結婚了。

- đang 現在式

例 ・Mẹ đang nấu cơm. 媽媽正在煮飯。

- sẽ 未來式

例 ・Tôi sẽ đi nghỉ mát cùng với gia đình.
我將會跟家人一起去度假（避暑）。

2. sắp：「即將、快要」，時態副詞，表將在不久後的時間點發生的動作、狀態。

> 主語 + **sắp** + 動詞／形容詞 + **chưa?**
> - **(Rồi)**. 主語 + **sắp** + 動詞／形容詞 + **rồi**.
> - **(Chưa)**. 主語 + **chưa** + 動詞／形容詞 .

例 ・Em sắp đi du học chưa? - Chưa. Em chưa đi du học.
你要出國留學了嗎？還沒。我還沒要去。

・Trời sắp mưa chưa? - Trời sắp mưa rồi.
快要下雨了嗎？快下雨了。

・Em ấy sắp khỏe chưa? - Em ấy sắp khỏe rồi.
他快要康復了嗎？他快康復了。

3. đã...chưa：「已經……了嗎？」，過去完成式。

> 主語 **+ đã +** 動詞／形容詞 **+ chưa?**
> **- (Rồi).** 主語 **+** 動詞／形容詞 **+ rồi.**
> **- (Chưa).** 主語 **+ chưa +** 動詞／形容詞 **.**

例 · Em đã ăn cơm chưa?　你吃飯了嗎？

· Em ăn rồi.　我吃了。

· Em đã về quê thăm gia đình chưa?　你返鄉看家人了嗎？

· Chưa. Em chưa về quê.　還沒，我還沒返鄉。

Luyện Nói 口說練習

Dựa vào các gợi ý cho sẵn, hãy thực hành nói theo mẫu.

（請依據範例句型，進行口說練習）

範例：Em / làm bài tập

A: Em đã làm bài tập chưa?

B: Rồi. Em làm rồi. / Chưa. Em chưa làm.

1) mẹ em / nghỉ hưu	4) bạn em / khỏi bệnh
2) sinh viên / đăng ký môn học	5) bạn / thử áo mới
3) anh trai / đi công tác về	6) năm học / kết thúc

Luyện Nghe 聽力練習 ▶MP3-48

Hãy nghe rồi chọn đáp án đúng nhất.

（請聆聽音檔並勾選最符合的答案）

1)

☐ A. bạn học ☐ C. đồng nghiệp

☐ B. đồng hương ☐ D. người yêu

2)

☐ A. tiếng Việt ☐ C. tiếng Thái

☐ B. tiếng Anh ☐ D. tiếng Indonesia

3)

☐ A. đi làm ☐ C. du lịch

☐ B. lấy chồng ☐ D. học tiếp

Ngữ Vựng 詞彙運用

Hãy sử dụng các từ cho sẵn ở trong dấu ngoặc để điền vào chỗ trống.

（請用適當的詞彙填空）

1) Ngày mai, mình _____ gặp đối tác. (đã / đang / sẽ)

2) Đã 8 giờ tối rồi, cô ấy_____ tan ca. (vẫn / không / chưa)

3) Trời _____ tối rồi, về nhà thôi! (sẽ / sắp / đang)

4) Tôi đang _____ thư viện. Tôi sẽ về ký túc xá sớm. (ở / tại / đang)

5) Các em _____ làm xong bài tập chưa? (đã / đang / sẽ)

6) Bài này chúng tôi còn _____ hiểu lắm. (không / chưa / rồi)

Luyện Viết 寫作練習

1. Hãy sắp xếp các từ cho sẵn lại thành câu đúng.

（請將下列單字重新排列成正確的句子）

1) đến / ba tôi / sinh nhật / sắp / của

_____

2) Tôi / cho / gọi điện / đã / chị ấy

_____

3) thảo luận / bài học / về / đang / sinh viên / nội dung / của

_____

4) du lịch / năm sau / sẽ / bố mẹ tôi / Đài Loan / tới

_____

2. Hãy viết về những dự định của bạn trong bốn năm tới.

（請描述您未來四年的計劃）

Hội An, Đà Nẵng

會安，蜆港

Danh ngôn: Thiện hữu thiện báo, ác hữu ác báo

俚語：善有善報，惡有惡報

Bài 7
Bốn Mùa
四季

Trái ngược với khí hậu chỉ có hai mùa trong năm là mùa khô và mùa mưa ở miền Nam, miền Bắc có bốn mùa: xuân, hạ, thu, đông. Thật khó để tả *hết* cái vẻ đẹp của mùa thu Bắc bộ, thu đẹp và lãng mạn. Rồi đông tới, tiết trời ngày càng lạnh. Các bạn trẻ diện nhiều áo váy ấm thật đẹp và hợp thời trang. Xuân đến cũng là *lúc* cả nước đón Tết cổ truyền. *Từ* xuân *sang* hè, thời tiết dần trở nên nóng bức và cũng là lúc báo hiệu một kỳ nghỉ hè sắp tới.

Hà Nội 河內

Dựa vào nội dung của bài đọc, hãy trả lời các câu hỏi sau đây:

1) Trong một năm, miền Nam Việt Nam có mấy mùa? Đó là những mùa nào?

2) Trong một năm, miền Bắc có mấy mùa? Đó là những mùa nào?

3) Tết cổ truyền là vào mùa nào?

4) Khi nào thời tiết dần trở nên nóng bức?

Từ Mới 生詞　　　　　　　　　　　　　　　▶MP3-50

trái ngược	相反	diễn tả	形容；描述
khí hậu	氣候	vẻ đẹp	漂亮的景色
chỉ có	僅有；只有	lãng mạn	浪漫
mùa	季	thời tiết	天氣
mùa khô	乾季	lạnh	冷
mùa mưa	雨季	thời trang	時尚
mùa xuân	春天	Tết cổ truyền	農曆新年
mùa hạ	夏天	dần	漸漸
mùa thu	秋天	trở nên	變成
mùa đông	冬天	nóng bức / nóng	悶熱；熱
thật	真	báo hiệu	發出信號
khó	難	kỳ nghỉ	假期

Ngữ Pháp 文法

1. lúc / vào：「在」，時間介詞。

– lúc「在」，時間介詞，相當於英文的「at」，放在時間、年齡、行為之前。例：

lúc	5 giờ	5 點（時間）
	15 tuổi	15 歲（年齡）
	đi chơi, đi ngủ, đi tắm...	去玩、去睡覺、去洗澡
	sáng, trưa, chiều, tối	早上、中午、下午、晚上
	nửa đêm	半夜
	bình minh, hoàng hôn	天亮（黎明）、黃昏

– vào「在」，時間介詞，相當於英文的「in, on」，放在日期、週、月、年、季節、節日之前。例：

vào	thứ hai, thứ ba, ...	星期一、星期二……
	hôm qua, hôm nay, ngày mai...	昨天、今天、明天……
	buổi sáng, buổi trưa, buổi chiều, buổi tối	早上、中午、下午、晚上
	ban ngày, ban đêm	白天、晚上
	tuần trước, tuần này, tuần sau...	上星期、這星期、下星期……
	tháng trước, tháng này, tháng sau...	上個月、這個月、下個月……
	năm ngoái, năm này, năm sau....	去年、這年、明年……
	mùa xuân, mùa hạ (hè), mùa thu, mùa đông	春、夏、秋、冬
	ngày Tết, ngày tình nhân....	新年、情人節……

2. từ...sang...：「從……到……」，常用情況如：貨幣兌換、語言轉換、工作轉移……。

例 ・Từ hè sang thu.　從夏天到秋天。

・Đổi từ tiền Đài tệ sang Việt Nam đồng.　從臺幣換成越盾。

3. hết / xong：「結束」，副詞，放動詞之後，表結束某事。

－「hết」有「用盡、用光」之意，表示一件事的結束，並且在行為過程後不再有剩下的事或物；「xong」則有「完成」之意，強調完成某事。例：

　－可以說「làm hết sức lực」（用盡力氣），但不可說「làm xong sức lực」。

　－可以說「tiêu hết tiền」（花光錢），但不常說「tiêu xong tiền」。

－在許多場合，hết 跟 xong 可以替換做使用。

例 ・Làm hết bài tập.　做完功課。（全數作業）

・Làm xong bài tập.　做完功課。

・Trả lời hết câu hỏi.　回答完問題。（全數問題）

・Trả lời xong câu hỏi.　回答完問題。

・Ăn hết cơm.　吃完飯。（全部分量）

・Ăn xong cơm.　吃完飯。

Luyện Nói 口說練習

Dựa theo các gợi ý cho sẵn và mẫu câu, hãy thực hành nói theo cặp.
（兩人一組，依據範例句型造問句並互相回答）

範例：Mùa xuân / mát mẻ

→ Bây giờ đang là mùa gì?

- Bây giờ đang là mùa xuân, tiết trời mát mẻ.

1) mùa hè / nóng bức

2) mùa thu / lãng mạn

3) mùa đông / lạnh cóng

4) mùa mưa / ẩm ướt

5) mùa khô / không có mưa

Luyện Nghe 聽力練習 　　　　　　　　　　　　　　　　▶MP3-51

Hãy nghe rồi lựa chọn đáp án đúng nhất.
（請聆聽音檔並勾選最符合的答案）

1)
　　☐ A. trời nóng　　　　　　　☐ C. trời mưa
　　☐ B. trời lạnh　　　　　　　☐ D. trời mát

2)
　　☐ A. tuần trước　　　　　　☐ C. hai tuần trước
　　☐ B. tuần tới　　　　　　　☐ D. hai tuần tới

3)
　　☐ A. thứ sáu　　　　　　　　☐ C. chủ nhật
　　☐ B. thứ bảy　　　　　　　　☐ D. thứ hai

4)
　　☐ A. mùa xuân　　　　　　　☐ C. mùa thu
　　☐ B. mùa hè　　　　　　　　☐ D. mùa đông

5)

☐ A. mùa xuân   ☐ C. mùa thu

☐ B. mùa hè   ☐ D. mùa đông

Ngữ Vựng 詞彙運用

1. Hãy dùng "lúc / vào" để điền từ vào chỗ trống.

（請用「lúc / vào」填空）

1) Ở Nhật Bản, Hoa Anh Đào nở _____ mùa xuân.

2) Em ấy đến _____ tôi không có ở nhà.

3) Kỳ học mùa thu kết thúc _____ tháng một.

4) Chúng tôi sẽ thi giữa kỳ _____ tuần sau.

5) Bạn ấy tổ chức tiệc sinh nhật _____ 7 giờ tối.

6) _____ mùa hè, trời rất nóng.

7) Tôi đi học _____ 8 giờ sáng.

8) _____ ban đêm, trời rất lạnh.

9) Ở trung tâm thành phố, các cửa hàng đóng cửa _____ nửa đêm.

10) Trước _____ đi ngủ, tôi thích đọc sách.

2. Hãy dùng "hết / xong" để điền từ vào chỗ trống.

（請用「hết / xong」填空）

1) Trời đã _____ mưa chưa? - Trời đã _____ mưa rồi.

2) Ăn _____ rồi đi chơi.

3) Tôi đã đi bộ _____ nửa quãng đường. Tôi sẽ đến đúng giờ.

4) Chúng tôi báo cáo _____ rồi. Ngày mai chúng tôi sẽ đi dã ngoại.

5) Học bài _____ là em ấy đi ngủ.

6) Làm _____ sức, chơi _____ mình. (Trích danh ngôn)

Luyện Viết 寫作練習

1. Sử dụng cấu trúc "từ…sang" để dịch các câu sau đây sang tiếng Việt:

（請用「**từ…sang**」的句型將下列句子翻譯成越南語）

1) 從臺北直飛胡志明市大約要花三個半小時。

_____

2) 我想將臺幣換成美金。

_____

3) 從夏天轉為秋天，天氣變得涼爽。

_____

4) 從我家走到隔壁村莊大約要花 15 分鐘。

_____

5) 開會的時間從早上換成下午。請注意。

_____

2. Hãy viết một đoạn văn ngắn mô tả về mùa thu ở Đài Loan.

（請寫一則短文描述臺灣的秋天。）

_____

_____

_____

_____

_____

_____

Tục ngữ: "Việc hôm nay chớ để ngày mai"
諺語：今日事今日畢

Bài 8
Nơi Chốn
地點

Bài Đọc 課文 ▶MP3-52

Hôm nay, chúng tôi đến thăm vườn hoa hồng ở làng Hạ. Nơi này có *rất nhiều* loại hoa. Ở gần cổng vườn là 2 hàng hoa hồng nhung đỏ thắm. *Phía sau* là hồng Đà Lạt đang tỏa hương thơm khắp cả khu vực. Đến *giữa* vườn, chúng tôi thích thú bởi vẻ đẹp rực rỡ của những bông hồng Nhật. *Bên trong* vườn còn có những bông hồng Pháp, chúng đẹp ngọt ngào và lãng mạn. Các bạn tôi đang háo hức chụp thật nhiều ảnh. Cả khu vườn đẹp từ *trong* ra *ngoài*, trông thật tuyệt vời!

Dựa vào nội dung của bài đọc, hãy trả lời các câu hỏi sau đây:

1) Họ đi thăm cái gì? Ở đâu?

2) Ở gần cổng vườn có cái gì?

3) Phía sau cổng vườn là cái gì?

4) Giữa vườn có cái gì?

5) Bên trong vườn có cái gì?

6) Tại sao họ chụp nhiều ảnh?

Từ Mới 生詞			▶MP3-53
hoa hồng	玫瑰花	khu vực	地區
vườn	花園	khắp nơi	到處
làng	村	thích thú	有趣；充滿興致
nơi chốn	地方	rực rỡ	燦爛；急著（想）做某事
cổng	大門	ngọt ngào	甜蜜
hàng	排	háo hức	興奮
hoa hồng nhung	絲絨玫瑰	tuyệt vời	完美
đỏ thắm	鮮紅	tỏa / lan tỏa	擴散
Đà Lạt	大叻（城市名）		

Ngữ Pháp 文法

1. ít「少」／ **nhiều**「多」，表數量多寡。

> 動詞 **+ ít / nhiều**
> **ít / nhiều +** 名詞

例 · ngủ ít 睡一點

· nhiều sách 很多書

· uống nhiều bia 喝很多啤酒

2. 位置介詞

— trên「在……之上」；dưới「在……之下」；trong「在……之中」；
ngoài「在……之外」；trước「在……前面」；sau「在……後面」；giữa「在……
之間」；cạnh「在……旁邊」。

例 · Cả khu vườn hoa, từ trong ra ngoài trông thật đẹp.
整個花園從裡到外看起來都很美。

· Ngôi nhà nằm ở giữa trung tâm thành phố.
這棟房子位於市中心。

· Bên trong vườn có những bông hồng Pháp.
花園裡有法國玫瑰。

· Chúng tôi gặp nhau ở trước rạp hát.
我們在劇院前面碰面。

3. 程度副詞

　─ rất「很」、lắm「很」、 quá「過於」等程度副詞可與情緒動詞搭配使用，
例：thích「喜歡」、yêu「愛」、ghét「討厭」……

　─ quá「過於」常用於口語，作為感嘆詞使用。

> **rất +** 形容詞／情緒動詞
> 形容詞／情緒動詞 **+ quá / lắm**

例　· Cô ấy rất đẹp. 她很美。

　　· Ẩm thực Việt Nam ngon lắm. 越南的美食超（很）好吃。

　　· Đường bẩn quá! 路太髒了吧！

　　· Tôi rất ghét trời mưa. 我很討厭下雨。

4. 越南語指示移動動詞

　─ tới「到」、đến「來／到」、đi「去」、vào「進」、ra「出」、lên「上」、
xuống「下」等動詞後面會接續地點、方向或動作。

例　· tới / đến Việt Nam 到越南

　　· đi chơi 去玩

　　· vào Nam 南下（進南）

　　· ra Bắc 北上（出北）

　　· lên rừng 上山

　　· xuống biển 下海

Luyện Nói 口說練習

1. Dựa theo các từ gợi ý cho sẵn và mẫu câu, hãy thực hành nói.

（兩人一組，依據範例句型造問句並互相回答）

範例：Quyển sách / bàn

→ Quyển sách ở đâu? - Quyển sách ở trên bàn.

1) thức ăn / tủ lạnh

2) bức tranh / tường

3) máy tính / bàn

4) nhà tôi / công viên

5) quán ăn Việt Nam / cổng trường

6) bàn ăn / nhà bếp

7) lọ hoa / cái đèn ngủ

8) cầu thang / hai phòng ngủ

2. Dựa theo mẫu câu, hãy thực hành nói bằng cách sử dụng "rất / quá / lắm" để thêm vào trước hoặc sau tính từ.

（兩人一組，依據範例句型用「**rất / quá / lắm**」造問句並互相回答）

範例：căn nhà / mới // cũ

→ Căn nhà kia có mới không? - Không. Căn nhà kia rất cũ.

1) chơi cầu lông / giỏi // dở

2) buổi tiệc / vui // chán

3) cô giáo / mập // ốm

4) chiếc áo / đẹp // xấu

5) quả xoài / ngọt // chua

6) bà ngoại / khỏe // yếu

7) chiếc xe máy đó / đắt // rẻ

8) quyển từ điển / dày // mỏng

Luyện Nghe 聽力練習 ▶MP3-54

Hãy nghe rồi điền từ vào chỗ trống.

（請聆聽音檔並填空）

1) Em tôi đang học bài ở _____ tầng hai.

2) Từ nhà _____ trường khoảng 20 phút bằng xe buýt.

3) Gia đình tôi _____ Nam lập nghiệp.

4) Khi bạn ấy _____ bữa tiệc, chúng tôi đã rời đi.

5) Khi lái xe _____ dốc phải thật cẩn thận.

6) Căn nhà đẹp từ trong _____ ngoài.

Ngữ Vựng 詞彙運用

1. Thêm "ít / nhiều" vào các câu bên dưới sau đây:

（請在下面的句子中加入「ít / nhiều」）

1) Gia đình họ có tiền.

2) Ở ngoại thành Hà Nội, có nhà đẹp.

3) Ở các nước phương Tây, người ta nghỉ ngày vào dịp lễ Giáng sinh.

4) Ở chợ này bán trái cây ngon nhưng tôi thích ăn nhất là xoài Thái Lan.

5) Ông ta làm việc nhưng hiệu quả.

6) Lớp tiếng Việt của tôi có bạn sinh viên học rất giỏi.

7) Mẹ tôi phải vất vả năm để nuôi chúng tôi trưởng thành.

8) Con trai tôi nói được ngoại ngữ.

2. Hãy tìm từ trái nghĩa.

（找出反義詞）

đẹp · · ngoài

trên · · ghét

trong · · ngồi

trước · · mỏng

béo · · gầy

đứng · · sau

dày · · xấu

yêu · · dưới

3. Hãy điền từ thích hợp vào chỗ trống.

（請用適當的單字填空）

trước	sau	trên	cạnh	giữa

Đây là lớp học tiếng Việt của chúng tôi. Trường chúng tôi nằm ở

_____ núi. Lớp chúng tôi nằm ở _____ văn phòng khoa và thang

máy. Bàn ghế ở phía _____ làm bằng gỗ. Lớp chúng tôi có 20 sinh viên.

Tôi luôn ngồi bên _____ Lan. Cô giáo thường đứng _____ lớp để

giảng bài. Tôi yêu lớp học tiếng Việt của tôi.

Luyện Viết 寫作練習

1. Dùng "rất / quá / lắm" để trả lời các câu hỏi sau đây:

（請用「**rất / quá / lắm**」回答下列問題）

1) Em có thích ăn phở bò không?

_____

2) Đối với em, bài tập này khó lắm à?

_____

3) Bà em còn khỏe lắm, phải không?

_____

4) Trẻ con sợ đi máy bay, phải không?

_____

5) Câu trả lời có chính xác không?

_____

6) Cô giáo em rất mập, phải không?

_____

7) Quả cam đó thế nào? Có ngọt không?

_____

8) Chiếc váy đó thế nào, mặc có hợp không?

_____

2. Hãy mô tả căn phòng của em.
（請描述您的房間）

_____

_____

_____

_____

_____

_____

_____

_____

Bài 9
Ở Chợ
在市場

▶MP3-55

Bài Đọc 課文

Hôm nay là ngày rằm tháng chạp, chúng tôi đi chợ từ rất sớm. Đầu tiên, chúng tôi ghé hàng thịt. Anh tôi rất ít khi đi chợ, anh ấy không biết bao nhiêu tiền một cân thịt nên tôi sẽ là người lựa chọn thực phẩm. Thịt ở quê *vừa* ngon *vừa* rẻ. Qua hàng rau, *những* bó rau ở đây thật sạch và tươi. *Sau khi* chọn thịt và rau, chúng tôi tìm mua hoa quả. Mùa này, miền Bắc có nhiều loại quả như hồng, táo, cam, quýt, đu đủ...và *các* loài hoa như hoa hồng, hoa cúc, hoa ly. *Trước khi* về, tôi mua một bộ quần áo rất đẹp để tặng mẹ.

Dựa vào nội dung của bài đọc, hãy trả lời các câu hỏi sau đây:

1) Họ đi chợ vào dịp nào?

2) Họ ghé hàng rau trước, phải không?

3) Ai là người chọn mua đồ?

4) Ở chợ quê, cái gì vừa ngon vừa rẻ?

5) Trước khi mua hoa quả, họ mua những gì?

6) Trước khi về nhà, họ làm gì?

Từ Mới 生詞

▶MP3-56

ngày rằm	農曆十五日	tươi	新鮮
ghé	順路去；來看	hoa quả / trái cây	水果
hàng thịt	肉舖	quả hồng	柿子
lựa chọn	選擇	quả táo	蘋果
hàng rau	蔬菜行	quả cam	橘子
bó rau	（把）青菜	quả quýt	柑桔
sạch / sạch sẽ	乾淨	quả đu đủ	木瓜
hoa cúc	菊花	tặng	送
hoa ly	百合花		

Ngữ Pháp 文法

1. vừa...vừa：相當於中文的「又……又……」的用法，強調某人／事／物有兩個以上的相似特質。

> vừa **+** 動詞／形容詞 **+** vừa **+** 動詞／形容詞

例　· Ngôi nhà này vừa rộng vừa thoáng mát.

　　這房屋又大又涼（通風）。

　　· Em trai tôi vừa học đại học vừa đi làm thêm kiếm tiền.

　　我弟弟一邊念大學一邊打工賺錢。

2. những / các：放在名詞前面，表複數。**những** 表示不定的數量，常與疑問代詞 **ai**（誰）、**nào**（哪個）、**đâu**（哪裡）……搭配使用；**các** 則表示全部的數量。

> những / các **+** 名詞／名詞片語

例　· Trong các em những ai là người Đài Bắc?

　　同學之中，誰（哪幾位）是臺北人？

　　· Ở đây, các cửa hàng luôn bán những sản phẩm tốt.

　　在這裡的商店（複數商店）都賣好商品。

— những：放在疑問代詞（ai, nào, đâu...）前面，表多數。

※ 注意：những 可以放在疑問代詞前面，但 các 不可放在疑問代詞前面。

例　· Trong kỳ nghỉ hè vừa rồi, em đi du lịch những đâu?

　　（在）上次（剛結束的）暑假（裡），你去了哪些地方旅遊？

　　· Những bạn nào đã làm bài tập về nhà rồi?

　　誰已經做回家作業了呢？

— những＋數字：強調數量太多，相當於中文的「多達」。

例　· Nó ăn những 3 bát cơm. 他吃了 3 碗白飯。

　　· Bà ngoại tôi có những 10 người con. 我的外婆有 10 個孩子。

3. trước / trước khi / trước đó：「在～前／之前／以前」，用以講述某特定時間點或做某事之前，所採取的動作或發生的事件。

> **trước +** 名詞／名詞片語
> **trước khi +** 動詞／動詞片語
> 子句 **1 + trước đó +** 子句 **2**

例 · Chúng tôi cần hoàn thành bài báo cáo này trước 5 giờ chiều.
我們需要在下午 5 點之前完成報告。

· Tôi có thói quen xem bài trước mỗi buổi học tiếng Việt.
我習慣在上越語課之前看課文。

· Trước khi đi ngủ, tôi thích xem phim.
去睡覺之前，我喜歡看電視。

· Trước khi đến nhà, nhớ gọi điện cho tôi.
來我家之前，記得打電話給我。

· Gia đình tôi ở Đài Bắc được 1 tháng. Trước đó, chúng tôi ở Cao Hùng.
我們在臺北一個月了。在那之前，我們住在高雄。

· Tôi đang làm phiên dịch. Trước đó, tôi làm kinh doanh.
我現在在做翻譯。之前我是做生意的。

4. sau / sau khi / sau đó：「在～後／之後／然後」，用以講述某特定時間點或做某事之後，所採取的動作或發生的事件。

> **sau +** 名詞／名詞片語
> **sau khi +** 動詞／動詞片語
> 子句 **1 + sau đó +** 子句 **2**

例 · Chúng tôi tan học sau 12 giờ trưa.
我們在中午 12 點後下課。

· Sau kì thi giữa kỳ, chúng tôi sẽ đi dã ngoại.
期中考試後我們會去野餐。

· Sau khi tan học, chúng tôi đi học hát.
下課後我們去學唱歌。

· Sau khi ngủ trưa, tôi cảm thấy khỏe hơn.
午睡後我感覺比較舒服。

· Đầu tiên, chúng tôi đi Hoa Liên. Sau đó, chúng tôi đi Bình Đông.
我們先去花蓮，然後再去屏東。

Luyện Nói 口說練習

Dựa theo các từ gợi ý cho sẵn và mẫu câu, hãy thực hành nói.

（請依據範例，進行口說練習）

範例：những bó rau / ngon / rẻ

→ Ở chợ quê, những bó rau thế nào? - Ở chợ quê, những bó rau vừa ngon vừa rẻ.

1) những đồ ăn / nhiều / tươi

2) các loài hoa / đẹp / thơm

3) những quả chuối / ngọt / tươi

4) những bộ quần áo / đẹp / rực rỡ

5) những căn nhà / mới / rộng

6) các em sinh viên / chăm chỉ / thông minh

Luyện Nghe 聽力練習 ▶MP3-57

Hãy nghe rồi lựa chọn đáp án đúng nhất.

（請聆聽音檔並勾選最符合的答案）

1)

☐ A. Hà Nội   ☐ C. Đà Nẵng

☐ B. Hồ Chí Minh   ☐ D. Cần Thơ

2)

☐ A. trái cây   ☐ C. hoa

☐ B. rau   ☐ D. quần áo

3)

☐ A. xe máy   ☐ C. xe hơi

☐ B. xe ô tô   ☐ D. xuồng nhỏ

Ngữ Vựng 詞彙運用

1. Hãy viết thêm những từ cùng loại với các từ cho sẵn ở bên dưới.

（請列舉與下方詞彙同類型的詞語）

hoa hồng, hoa cúc…	
xoài, chanh…	
thịt lợn, thịt gà…	

2. Hãy chọn đáp án đúng nhất để điền từ vào chỗ trống.

（請勾選最符合空白處的答案）

1) Ở chợ quê, cá thịt vừa tươi ngon vừa _____.

☐ A. rẻ   ☐ C. đẹp

☐ B. ít   ☐ D. cũ

2) Ở chợ quê, _____ loại hoa quả như hồng, táo, cam, quýt… tất cả đều rất ngọt.

☐ A. những   ☐ C. các

☐ B. mà   ☐ D. còn

3) Mỗi ngày, con trai tôi ăn _____ 4 bát (chén) cơm.

☐ A. những   ☐ C. đến

☐ B. tới   ☐ D. Cả A / B / C đúng

4) _____ nói, chúng ta cần phải suy nghĩ kỹ càng và chắc chắn.

☐ A. Sau   ☐ C. Sau khi

☐ B. Trước   ☐ D. Trước khi

Luyện Viết 寫作練習

1. Hãy dùng "những / các" để điền từ vào chỗ trống.

（請用「**những / các**」填入下列空格）

1) Trong _____ em, _____ ai đã học tiếng Việt rồi?

2) Các em còn muốn hỏi _____ gì về bài học của ngày hôm nay?

3) Ở Đà Lạt, tất cả _____ khách sạn đều không có máy lạnh.

4) Bạn dự định đi du lịch Việt Nam ở _____ nơi đâu?

5) Trong số _____ em, _____ em nào là người Đài Loan, _____ em nào là người Nhật Bản?

6) Em thông thạo _____ ngoại ngữ nào?

7) Trong _____ nơi em đã tham quan, em thích nhất là vịnh Hạ Long.

8) Trong _____ ngôi nhà này, _____ ngôi nhà có 3 tầng đều rất mới.

2. Hãy dùng "sau / sau khi / trước / trước khi / sau đó / trước đó" để điền từ vào chỗ trống.

（請用「**sau / sau khi / trước / trước khi / sau đó / trước đó**」填入下列空格）

1) _____ đi du lịch về, tôi sẽ tập trung vào làm bài tập tiếng Việt.

2) Tôi có cuộc hẹn với cô giáo _____ 5 giờ chiều.

3) _____ ngủ dậy, tôi đánh răng, rửa mặt rồi tập thể dục.

4) Bây giờ, tôi học tiếng Việt. _____, tôi muốn học thêm tiếng Nhật nữa.

5) _____ về nhà, tôi đi chợ mua thức ăn.

6) Tôi là sinh viên khoa Đông Nam Á tại trường Đại học Chính Trị. _____, tôi là học sinh cấp 3.

7) Trước hết, tôi muốn học tiếng Việt thật tốt _____, tôi sẽ đi Việt Nam thực tập.

8) Thứ bảy này, chúng ta gặp nhau thảo luận về kế hoạch biểu diễn.
_____ , đi ăn trưa với nhau nhé?

3. Bài tập đánh máy: Hãy viết một đoạn văn ngắn giới thiệu về chợ truyền thống ở Đài Loan.

（打字練習：請寫一則短文介紹臺灣的傳統市場）

Tháp Bà Ponagar

波那加塔

Bài 10
Trong Lớp Học
在教室裡

Bài Đọc 課文 ▶MP3-58

Khi lớp chúng tôi được nghỉ giải lao 15 phút môn tiếng Việt. Một vài bạn ngồi nói chuyện, Hoàng chia sẻ những cuốn sách hay *cho* các bạn trong lớp cùng xem. *Vì* sáng nay Hoa tới muộn *nên* cậu ấy *phải* mượn quyển vở của tôi để chép bài. Với một môn quan trọng như tiếng Việt, tôi nghĩ cần có người giảng thì mới hiểu được. Tôi *khuyên* Hoa nên tìm Lan để nhờ bạn ấy giúp đỡ. Lan rất nhiệt tình, Lan đã giúp Hoa hiểu hết bài của ngày hôm nay.

Dựa vào nội dung của bài đọc, trả lời các câu hỏi sau đây:

1) Đây là lớp học của môn gì?

2) Tại sao Hoa phải chép bài?

3) Ai đã giúp đỡ Hoa hiểu bài?

Từ Mới 生詞 ▶MP3-59

nghỉ giải lao	（中場）休息；下課	ghi bài	寫、抄（筆記、作業）
môn / môn học	課程	giảng	講（課程）
chia sẻ	分享	giúp đỡ	幫忙
lớp / lớp học	班；教室；班級	mượn	借
muộn	遲	quyển vở	筆記本
sớm	早	khuyên	建議；勸

Ngữ Pháp 文法

1. cho：介詞，表動作或狀態的目的或對象，相當於中文的「給、為」。

主詞 + 動詞 + （直接受詞）+ **cho** + 間接受詞

例 · Hoàng chia sẻ những cuốn sách hay cho các bạn trong lớp cùng xem.

阿黃分享一些好書給同學一起看。

· Tôi viết thư cho gia đình. 我寫信給我的家人。

2. 情態動詞

có thể / phải / nên + 動詞／形容詞

— có thể：相當於中文的「可能、可以、會」。

例 · Cô ấy có thể là người Việt Nam. 她可能是越南人。

· Con trai tôi có thể nói 4 thứ tiếng. 我兒子會說 4 種語言。

— có thể 的反義為 không thể「不能、不可以」

例 · Tôi không thể uống rượu. 我不能喝酒。

— phải：相當於中文的「必須」。

例 · Chúng tôi phải nỗ lực học tiếng Việt. 我們必須努力學習越語。

· Để đi du lịch Việt Nam, chúng tôi phải làm visa.

為了去越南旅行，我們必須申請簽證。

— nên：相當於中文的「應該」。

例 · Nhà chúng ta nghèo, con nên tiết kiệm.

我們家很窮，你應該要節儉。

3. khuyên....nên...：用以建議、推薦他人做某事，相當於中文的「建議……應該……」。

> 主詞 **+ khuyên +** 受詞 **+ nên +** 動詞

例 ‧ Tôi khuyên Hoa nên tìm Lan để nhờ bạn ấy giúp đỡ.
我建議阿華找阿蘭尋求幫助。

‧ Cô giáo khuyên chúng tôi nên tập trung học phát âm.
老師建議我們專心學發音。

4. Vì A nên / cho nên B：相當於中文的「因為／由於……所以……」，以連接具因果關係的兩個句子（A 為原因，B 為結果）。

> **Vì A nên / cho nên B**

例 ‧ Vì bị cảm nên tôi không thể đi học. 因為感冒所以我不能去上課。

‧ Vì trời mưa, cho nên chúng tôi hủy đi dã ngoại.
由於下雨，我們取消野餐。

5. 量詞

> 數量 **+** 量詞 **+** 名詞

− 「cái」是量詞，也是冠詞，常用於無生命物體，像是 cái bút（一支筆）、cái bàn（一張桌子）、cái ly（一個杯子）……等。

− 「chiếc」有同樣的用法，例：chiếc áo（一件衣服）、chiếc máy bay（一架飛機）、chiếc mũ（一項帽子）。cái / chiếc 的用法依當地人的習慣而異。

− 「con」則用於動物或人，例：con chó（一隻狗）、con mèo（一隻貓）、con người（一個人）。

− 「quả」用於水果類，例：quả chuối（一根香蕉）、quả xoài（一顆芒果）、quả cam（一顆橘子）。

– 「quyển / cuốn」用於書本類，例：quyển / cuốn sách（書）、quyển / cuốn từ điển（一本字典）、quyển nhật ký（一本日記）。

– 「tờ」用於紙本、報章雜誌，例：tờ giấy（一張紙）、tờ báo（一張報紙）、tờ tạp chí（一本雜誌）。

– 「ngôi」用於房屋或小型建築，例：ngôi nhà（一間房子）；「tòa」則用於大型建築，例：toà nhà（一棟樓）。

Luyện Nói 口說練習

Theo mẫu, hãy sử dụng cấu trúc "…khuyên…nên…" và các cụm từ cho sẵn để đặt câu.

（請依據範例，用「**…khuyên…nên…**」及下方的詞組造句）

範例：...đến bác sĩ…

    → Chúng tôi khuyên ông ấy nên đến bác sĩ để kiểm tra bệnh.

1) …không ăn nhiều dầu mỡ…

2) …xin lỗi cô ấy…

3) …không lái xe hơi...

4) …luyện nói tiếng Việt hàng ngày…

5) …đi ngủ trước 12 giờ đêm…

6) …lãng phí tiền bạc…

7) …đến nơi nguy hiểm…

8) …chơi thể thao hàng ngày…

Luyện Nghe 聽力練習 ▶MP3-60

Hãy nghe rồi chọn đáp án đúng nhất.

（請聆聽音檔並勾選最符合的答案）

1)
☐ A. 15   ☐ C. 17
☐ B. 16   ☐ D. 18

2)
☐ A. Việt   ☐ C. Mai
☐ B. Ngọc   ☐ D. Nam

3)
☐ A. tiếng Việt   ☐ C. tiếng Anh
☐ B. tiếng Indonesia ☐ D. tiếng Thái

Ngữ Vựng 詞彙運用

Hãy lựa chọn đáp án đúng nhất để điền từ vào chỗ trống.

（請勾選最適合填入空格中的答案）

1) Để nói tốt tiếng Việt, chúng tôi _____ cố gắng học hơn nữa.
☐ A. có thể   ☐ C. vẫn
☐ B. có   ☐ D. cần

2) Trong các loài động vật, tôi thích nhất là _____ mèo.
☐ A. cái   ☐ C. chiếc
☐ B. con   ☐ D. bức

3) Để học tốt tiếng Việt, cô giáo khuyên chúng tôi nên có _____ Việt-Trung.
☐ A. quyển vở   ☐ C. quyển sách
☐ B. quyển từ điển   ☐ D. quyển truyện

4) Từ nhà tới trường học rất xa, bạn nên đi _____ một chút.

☐ A. mới ☐ C. muộn

☐ B. sớm ☐ D. chậm

5) Trong lớp học, tôi _____ Lan nhiệt tình giúp đỡ.

☐ A. được ☐ C. bị

☐ B. vẫn ☐ D. còn

6) Vì sáng nay tôi tới lớp sớm nên tôi có _____ để trò chuyện với các bạn.

☐ A. thời gian ☐ C. hạnh phúc

☐ B. tiền bạc ☐ D. vui vẻ

7) Vì chúng tôi học ngành Đông Nam Á _____ chúng tôi phải học tốt tiếng Việt.

☐ A. có ☐ C. và

☐ B. còn ☐ D. nên

8) Vì không thể đến lớp nên tôi _____ bạn xin phép cô giáo cho tôi nghỉ học một hôm.

☐ A. mượn ☐ C. nhờ

☐ B. giúp ☐ D. chép

Luyện Viết 寫作練習

1. Hãy sắp xếp các từ cho sẵn lại thành câu đúng.

（請將下列詞語重組為正確的句子）

1) Tôi / quyển / này / từ điển / bạn / cho / muốn / tặng

   _____

2) chị gái / cho / túi xách / đẹp / mua / tôi / cái / một

   _____

3) tôi / gửi / nhân / cho / ngày sinh nhật / mẹ / quà

   _____

4) chúng tôi / cho / này / bán / họ / căn nhà

   _____

2. Hãy dùng "nên / muốn / cần / phải / có thể / không thể" để điền từ vào chỗ trống.

（請將「**nên / muốn / cần / phải / có thể / không thể**」填入下列空格中）

1) Sắp đi du lịch Việt Nam rồi. Tôi _____ đổi ít tiền Việt.

2) Muốn giỏi ngoại ngữ _____ thực hành nói mỗi ngày.

3) Chị ấy nói nhanh quá, tôi _____ hiểu được.

4) Để tốt cho sức khỏe, chị _____ đi ngủ trước 11 giờ đêm.

5) Chị _____ uống gì? - Cho tôi ly nước cam.

6) Vì tôi thường bị say xe nên _____ lái xe được.

3. Hoàn thành câu với cấu trúc "Vì…nên / cho nên…".

（請用「**Vì…nên / cho nên…**」完成下列句子）

1) Vì gọi điện cho em không được nên _____

2) Vì tối qua thức khuya cho nên _____

3) Vì nhà tôi ở xa trường học nên _____

4) Vì để quên điện thoại ở nhà nên _____

5) Vì nhà em ấy đông anh em nên _____

6) Vì bài tập này quá khó nên _____

7) Vì chuyên ngành chính của chúng tôi là tiếng Việt nên _____

_____

8) Vì tháng này tôi gọi điện thoại ra nước ngoài quá nhiều cho nên

_____

4. Hãy dùng "cái / chiếc / con / bức / quyển / tòa / ngôi / tờ" để điền từ vào chỗ trống.

（請將「**cái / chiếc / con / bức / quyển / tòa / ngôi / tờ**」填入下列空格中）

1) Sau khi tan học, tôi ăn những bốn _____ bánh xèo.

2) Chúng tôi ở trong một _____ nhà nhỏ nhưng gọn gàng.

3) Trong phòng làm việc, ông ấy treo nhiều _____ tranh phong cảnh Việt Nam.

4) Trong số những loài động vật, tôi thích nhất là _____ mèo.

5) Hôm nay, nhiều _____ báo lớn nói về cô ca sĩ nổi tiếng người Việt Nam.

6) Có quá nhiều _____ nhà cao tầng ở thành phố lớn.

7) Tôi mua một _____ áo tặng mẹ.

8) _____ sách này có nội dung rất phong phú.

5. Bài tập đánh máy: Hãy mô tả về lớp học mà em yêu thích.

（打字練習：請描述您喜歡的課程）

Văn Miếu Quốc Tử Giám

文廟，國子監

Thành ngữ: Tiên học lễ, hậu học văn

成語：先學禮，後學文

Bài 11
Việc Thường Ngày
日常生活

Bài Đọc 課文 ▶MP3-61

Nhà Minh có một cửa hàng nhỏ *mà* rất đông khách. *Mọi* thứ bán ở đây đều rất rẻ. Tiệm bán sách vở và đồ dùng học tập. Hàng ngày, tiệm mở cửa từ lúc 6 giờ sáng và đóng lúc 8 giờ tối, mở vào *cả* ngày lễ Tết. Mẹ Minh làm việc chăm chỉ *mỗi* ngày, đến tối khuya *vẫn còn* làm việc. Bà thường xuyên đi lấy hàng từ những đại lý lớn cho rẻ và nhớ giá tiền của *từng* món hàng. Đôi khi, bố Minh cũng giúp công việc ở cửa hàng *nhưng* không nhiều. Thỉnh thoảng, Minh và em gái phụ mẹ dọn dẹp và bán hàng.

Dựa vào nội dung của bài đọc, hãy trả lời các câu hỏi sau đây:

1) Cửa hàng có bán gì?

2) Cửa hàng mở và đóng cửa khi nào?

3) Tại sao mẹ Minh thường xuyên phải đi lấy hàng từ những đại lý lớn?

Từ Mới 生詞 ▶MP3-62

cửa hàng / tiệm	商店	nhớ	想念；記得
nhỏ	小	giá tiền	價錢
đồ dùng	用品	món hàng	貨品
chăm chỉ	認真	phụ / phụ giúp	協助
đi lấy hàng	去拿；取貨	dọn dẹp	整理
lớn	大	đại lý	代理商；大盤商

Ngữ Pháp 文法

1. mọi：數量副詞，相當於中文的「全部、每個」，放在名詞前，表整個群體。

> **mọi +** 名詞

例 ・Mọi nhà đều vui vẻ. 家家戶戶都開心。

　　・Ở Đài Bắc, tháng 9 mọi năm đều mưa nhiều.
　　臺北每年 9 月都下很多雨。

2. mỗi / từng

> **mỗi / từng +** 名詞

– mỗi：數量副詞，相當於中文的「每個」，放在名詞前面，表群體中的每一個。

例 ・Mỗi lớp tiếng Việt có 17 em. 每個越南語班級有 17 個學生。

　　・Mỗi tuần sinh viên được làm thêm 8 tiếng.
　　每個禮拜學生可以打工 8 個小時。

– từng：數量副詞，相當於中文的「每個」，放在名詞前面，表群體中的每個人／事／物。từng 也可用於表對象／人／事的順序，但相較於 mỗi，từng 有順序、接續之含義。

例 ・Mong chờ từng ngày cho đến buổi lễ tốt nghiệp.
　　每天期待到畢業典禮。

　　・Cô giáo nhớ tên từng người. 老師記得每個人的名字。

3. nhưng / mà：連接詞，相當於中文的「但是」，連接具有對比含義的兩個元素。

例 ・Quán ăn kia đắt mà không ngon. 那間餐廳貴但不好吃。

　　・Mẹ tôi già nhưng khỏe. 我媽媽年老但健康。

4. vẫn / cứ / vẫn cứ / còn / vẫn còn：「還有／還在」，副詞，表持續的動作。

> vẫn / cứ / vẫn cứ / còn / vẫn còn + 動詞／形容詞

例 · Tháng 12 mà Cao Hùng vẫn còn nóng. 高雄 12 月還是很熱。

· Em ấy còn nhỏ tuổi. 他還小。

· Mẹ tôi vẫn còn khỏe. 我媽媽還很健康。

· Đêm khuya rồi, con tôi cứ không đi ngủ.
深夜了，我的孩子還不去睡覺。

5. cả：助詞，強調人或事物意料之外的行為，相當於中文的「連」、「就連」。

例 · Họ bán hàng vào cả ngày Tết. 他們連過年都在賣東西。

· Cả trẻ con cũng hiểu cái vấn đề này là sai.
連孩子都知道這個題目有問題。

Luyện Nói 口說練習

1. Hãy mô tả các hoạt động thường ngày của cô gái trong hình.

（請描述圖中女子的日常活動）

2. Dựa theo các gợi ý cho sẵn và mẫu câu, hãy sử dụng từ "mà" để biểu thị tính chất trái ngược.

（請依據範例，用「mà」表示與前者相反的意思）

範例：Mẹ tôi đã già mà _____

→ Mẹ tôi già mà khỏe.

1) Chị ấy tốt bụng mà _____

2) Quán ăn nhỏ mà _____

3) Bộ quần áo đó đẹp mà _____

4) Anh ta đẹp trai mà _____

5) Ngôi nhà này nhỏ mà _____

6) Vân trẻ mà _____

7) Quyển sách này cũ mà _____

8) Cô ấy có làn da ngăm đen mà _____

Luyện Nghe 聽力練習 ▶MP3-63

Hãy nghe rồi lựa chọn đáp án đúng nhất.

（請聆聽音檔並勾選最符合的答案）

1)

☐ A. đi làm   ☐ C. đi học

☐ B. đi chơi   ☐ D. ở nhà

2)

☐ A. 6 giờ sáng   ☐ C. 8 giờ sáng

☐ B. 7 giờ sáng   ☐ D. 9 giờ sáng

3)

☐ A. xem ca nhạc   ☐ C. chơi bóng rổ

☐ B. xem phim   ☐ D. chơi bóng đá

Ngữ Vựng 詞彙運用

1. Dùng "mọi / mỗi / từng" để điền từ vào chỗ trống trong các câu sau đây:

（請將「**mọi / mỗi / từng**」填入下列空格）

1) _____ người đang ăn cơm trưa.

2) Để học giỏi tiếng Việt, bạn phải học _____ ngày 50 từ mới.

3) Cô giáo chấm điểm thi giữa kỳ cho _____ người.

4) Chú ý an toàn giao thông ở _____ lúc, _____ nơi.

5) Ở buổi học môn tiếng Việt hội thoại, _____ người đứng lên luyện nói.

6) Trong gia đình tôi, _____ người có một tính cách khác nhau.

7) Tôi đi bộ _____ giờ được 4 ki-lô-mét.

8) Xa nhà đã lâu, tôi mong đợi _____ ngày để gặp lại gia đình tôi.

2. Hãy lựa chọn đáp án đúng nhất để điền từ vào chỗ trống.

（請勾選最適合填入空格中的答案）

1) Tháng 12 rồi mà trời _____ nóng như mùa hè.

☐ A. vẫn   ☐ C. vẫn cứ

☐ B. vẫn còn   ☐ D. Cả A / B / C đúng

2) Vì chúng tôi đều rất bận nên _____ có bữa cơm tối cùng nhau.

☐ A. thường xuyên   ☐ C. hiếm khi

☐ B. luôn luôn   ☐ D. thường thường

3) Thỉnh thoảng, con gái _____ tôi quét dọn nhà cửa.

☐ A. phụ giúp   ☐ C. nâng đỡ

☐ B. giúp việc   ☐ D. đỡ đầu

4) Chờ tôi một chút nha. Tôi phải đi _____ nước để uống

☐ A. lấy   ☐ C. ra

☐ B. về   ☐ D. chơi

5) Tôi ăn những 3 bát (chén) cơm rồi nhưng _____ đói.

☐ A. vẫn còn   ☐ C. vẫn thế

☐ B. cứ vậy   ☐ D. cứ thế

6) Do bận học ở Đài Bắc nên _____ tôi mới về thăm nhà.

☐ A. thường xuyên   ☐ C. hay

☐ B. thỉnh thoảng   ☐ D. luôn

Luyện Viết 寫作練習

1. **Thêm từ "cả" vào các câu sau đây nhằm nhấn mạnh đó là sự đặc biệt, trái với lẽ thông thường:**

（請將「cả」加入下方句子中以強調其特殊性）

範例：Cửa hàng này mở cửa vào ngày lễ Tết.

→ Cửa hàng này mở cửa vào cả ngày lễ Tết.

1) Sinh viên và giáo viên đều không hiểu bài tập này.

_____

2) Trước đây, Việt Nam phải nhập khẩu hàng nông sản.

_____

3) Kiến Thành đi nhanh hơn mẹ.

_____

4) Đà Lạt, một ngày có 4 mùa: xuân, hạ, thu, đông.

_____

5) Tối qua, các giáo sư cũng đứng lên múa hát cùng với sinh viên khoa Đông Nam Á.

_____

6) Để có tiền lo cho con cái ăn học, mẹ tranh thủ làm việc khi đêm đã khuya.

_____

2. Dựa theo các gợi ý cho sẵn, hãy sử dụng từ "nhưng" (biểu thị nghĩa tương phản) để đặt câu.

（請依據下方提供之詞語，用「nhưng」（表反義）造句）

範例：không đẹp / đắt

→ Chiếc váy đó không đẹp nhưng đắt.

1) học tốt / thi trượt

_____

2) đồ ăn dở / nhiều khách hàng

_____

3) nói đến / không đến

_____

4) thời tiết đẹp / không muốn ra ngoài đi chơi

_____

5) đồ ăn ngon / không muốn ăn gì

_____

6) anh ấy đẹp trai / chưa có người yêu

_____

7) ngôi nhà rộng / không có người ở

_____

8) bố mẹ đẹp / con xấu

_____

3. Bài tập đánh máy: Hãy viết một đoạn văn ngắn giới thiệu về các hoạt động thường ngày của bạn.

（打字練習：請寫一則短文介紹您的日常活動）

Bài 12
Quê Hương
家鄉

Bài Đọc 課文 ▸MP3-64

Tôi đặt chân tới Đài Loan vừa tròn 4 tháng. Hồi vừa xa quê, phải mất vài tháng tôi mới quên đi *nỗi* nhớ nhà. Những người bạn học mới ở đây đều rất thân thiện và nhiệt tình. *Họ* khá tò mò về *cuộc sống* ở nước tôi. *Họ* biết *về* Việt Nam qua những cuộc chiến, ngoài ra người Việt *còn* rất hâm mộ bóng đá *nữa*. Tối qua, đội bóng của chúng tôi *vừa mới* xuất sắc đánh bại Jordan. Hai chữ "Việt Nam" là *niềm* tự hào trong tôi. Những ngày này, *người ta* sẽ bình luận về bóng đá mọi lúc, mọi nơi. Người Việt mê bóng từ nhỏ. Tuổi thơ của chúng tôi gắn liền với xóm làng và trái bóng. Sau buổi học, chúng tôi thường rủ nhau đi đá bóng tới chiều muộn mới về. Lớn lên, chúng tôi được thầy cô và ba mẹ chỉ dạy "*Nhớ* học giỏi, mai sau trở về làm giàu cho quê hương, đất nước". Đó là lý do mà chúng tôi luôn cố gắng để xây dựng một Việt Nam giàu đẹp hơn.

1. Dựa vào nội dung của bài đọc, hãy trả lời các câu hỏi sau đây:

1) Người nước ngoài thường biết về Việt Nam qua những điều gì?

2) Người Việt Nam thích môn thể thao nào nhất?

3) Gần đây, có sự kiện gì nổi bật ở Việt Nam?

4) Thầy cô và gia đình thường chỉ dạy điều gì?

2. Hãy chọn một đáp án đúng nhất theo nội dung của bài đọc.

1) Tác giả của bài viết này là ai?

☐ A. Sinh viên Đài Loan

☐ B. Sinh viên Việt Nam tại Đài Loan

☐ C. Việt Kiều

☐ D. Người nước ngoài

2) Nội dung chính của bài đọc này là:

  □ A. Viết về chiến tranh Việt Nam

  □ B. Viết về nền bóng đá Việt Nam

  □ C. Viết về quê hương và đất nước Việt Nam của một người Việt Nam

  □ D. Viết về quê hương và đất nước Việt Nam của một người Đài Loan

3) Sự kiện gì nổi bật gần đây?

  □ A. Chiến tranh Việt Nam

  □ B. Bóng đá Việt Nam

  □ C. Chiến thắng của đội tuyển Việt Nam trước Jordan

  □ D. Việt Nam trở nên giàu đẹp hơn

4) Từ "tuổi thơ" trong bài đọc có nghĩa là gì?

  □ A. độ tuổi còn nhỏ

  □ B. thời còn trẻ

  □ C. thời thanh xuân

  □ D. thời thanh niên

Từ Mới 生詞   ▶MP3-65

đặt	（擺）放；訂	đánh bại	打敗
tròn	整整；完整	thân thiện	親切；友善
tự hào	自豪	nhiệt tình	熱情
quên	忘記	tò mò	好奇
xuất sắc	出色	cuộc chiến	戰；戰爭
hâm mộ	仰慕；羨慕	xóm	鄰里
bình luận	評論	làng	鄉村
gắn liền	連結；連繫	xây dựng	建設；建立

Ngữ Pháp 文法

1. ...còn...nữa: cấu trúc dùng để nhấn mạnh ý nghĩa bổ sung.

「還……」，強調主詞的補充內容。

còn + 動詞／形容詞 + **nữa**

例 ・ Người Việt còn rất hâm mộ bóng đá nữa. 越南人還非常熱愛足球。

　　・ Tôi còn muốn đi chơi nữa. 我還想出去玩。

2. vừa / mới / vừa mới: phụ từ chỉ thời gian dùng để biểu thị sự việc vừa mới nói đến, xảy ra.

「剛剛」，時間副詞，放在動詞前面，表剛剛才發生或提到的事情。

vừa / mới / vừa mới + 動詞／形容詞

例 ・ Tôi vừa mới đặt chân tới Đài Loan được tròn 4 tháng.
　　 我才剛在臺灣落腳整整 4 個月。

　　・ Tôi vừa gặp em ấy ở ngoài đường. 我剛剛在街上遇到他。

　　・ Vừa mới vui, cô ấy lại buồn. 才剛開心，她又難過了。

3. nhớ: đặt trước động từ dùng để nhắc người nghe đừng quên làm việc gì đó.

「記得……」，放在動詞前面，以提醒對方做某事。

nhớ + 動詞

例 ・ Nhớ học giỏi, mai sau em về làm giàu cho quê hương.
　　 記得好好學習，將來回去貢獻家鄉。

　　・ Sau khi ăn cơm, em nhớ uống thuốc đều đặn nhé.
　　 吃完飯後記得按時服藥。

4. về: giới từ, biểu thị phạm vi của đối tượng hay sự việc được nêu ra.

介詞，相當於中文的「關於」，表相關的某人或某事。

例 ・Nghiên cứu về ngôn ngữ và văn hóa Việt Nam.

研究關於越南語與文化。

・Tôi không có ý kiến về vấn đề này. 對於這件事情我沒有意見。

5. Tiền tố "nỗi / niềm"

前綴詞 nỗi 與 niềm

– nỗi: từ tiền tố dùng để chỉ tâm tư, tình cảm hay trạng thái của con người mà thường thì không được như ý muốn. Ví dụ: nỗi nhớ, nỗi buồn, nỗi đau, nỗi bất hạnh...

– 前綴詞，以指通常不符合意願的想法、情感、狀態等，使之轉化為名詞。例如：nỗi nhớ（想念）、nỗi buồn（悲傷）、nỗi đau（痛苦）、nỗi bất hạnh（不幸）……

– niềm: từ tiền tố dùng để chỉ tâm tư, tình cảm hay trạng thái của con người theo hướng tích cực. Ví dụ: niềm tự hào, niềm hạnh phúc, niềm vui, niềm hi vọng…

– 前綴詞，以指正向的想法、情感、狀態，使之轉化為名詞。例如：niềm tự hào（驕傲）、niềm hạnh phúc（幸福）、niềm vui（喜悅）、niềm hi vọng（希望）……

Luyện Nói 口說練習

Sử dụng cấu trúc "nhớ + động từ" để thực hành nói theo mẫu:

（請依據範例，用「**nhớ + 動詞**」的句型完成句子並進行口說練習）

範例：làm bài tập về nhà / đi chơi

→ Con nhớ làm xong bài tập về nhà rồi mới được đi chơi.

1) thực hành nói tiếng Việt nhiều / tiến bộ

_____

2) tập thể dục đều đặn / tốt cho sức khỏe

_____

3) uống thuốc đầy đủ / bình phục sớm

_____

4) đi học đầy đủ và đúng giờ / hiểu bài

_____

5) giữ gìn sức khỏe / gia đình mới yên tâm

_____

6) cẩn thận / tránh rủi ro và phiền phức

_____

7) chăm chỉ làm việc / đạt thành công

_____

8) sống có đạo đức / cuộc sống mới an bình và hạnh phúc

_____

Luyện Nghe 聽力練習 ▶MP3-66

Hãy nghe đoạn văn rồi lựa chọn đáp án đúng nhất.

（請聆聽音檔並勾選最符合的答案）

1)

☐ A. Bắc bộ   ☐ C. Nam Trung bộ

☐ B. Bắc Trung bộ   ☐ D. Nam bộ

2)

☐ A. nóng quanh năm   ☐ C. lạnh quanh năm

☐ B. mưa quanh năm   ☐ D. rét quanh năm

3)

☐ A. bãi biển đẹp   ☐ C. mì Quảng

☐ B. người dân thân thiện ☐ D. cuộc sống nhộn nhịp

Ngữ Vựng 詞彙運用

1. Dựa vào nội dung của bài đọc, hãy lựa chọn từ (các từ) gần nghĩa nhất để thay thế vào từ gạch chân:
（請根據本課課文內容，勾選與畫底線處意義最相近的答案）

1) **_Hồi_** vừa mới xa quê, phải mất vài tháng tôi mới quên đi nỗi nhớ nhà.

   ☐ A. thời gian   ☐ C. khi

   ☐ B. lúc   ☐ D. cả A / B / C đúng

2) Hồi vừa mới xa quê, phải **_mất_** vài tháng tôi mới quên đi nỗi nhớ nhà.

   ☐ A. qua   ☐ C. tới

   ☐ B. đến   ☐ D. cả A / B / C đúng

3) Họ biết về Việt Nam qua những **_cuộc chiến_**.

   ☐ A. chiến tranh   ☐ C. cuộc sống

   ☐ B. cuộc chiến tranh   ☐ D. thời chiến tranh

4) Người Việt còn rất **_hâm mộ_** bóng đá nữa.

   ☐ A. thương   ☐ C. mê

   ☐ B. ghét   ☐ D. ngưỡng mộ

5) Tối qua, **_đội bóng_** của chúng tôi vừa mới xuất sắc đánh bại Jordan.

   ☐ A. nhóm   ☐ C. đội tuyển

   ☐ B. đồng đội   ☐ D. cầu thủ

6) Tuổi thơ của chúng tôi **_gắn liền_** với xóm làng và trái bóng.

   ☐ A. gắn kết   ☐ C. gắn tới

   ☐ B. gắn bó   ☐ D. gắn vào

2. Dựa theo nội dung của bài đọc, hãy tìm từ phù hợp nhất với các định nghĩa cho sẵn sau đây:

（請依據本課課文內容，找出最符合下方定義的詞彙）

đặt chân	tròn	tò mò
cuộc chiến	đánh bại	tuổi thơ
gắn liền	xóm làng	làm giàu

1) _____ : Làm cho đất nước trở nên phát triển và có nhiều tiền bạc hơn.

2) _____ : Cuộc chiến tranh giữa các quốc gia vì động cơ chính trị và kinh tế.

3) _____ : Thật sự đi đến một nơi nào đó.

4) _____ : Là đơn vị tổ chức dân cư ở vùng nông thôn.

5) _____ : Là vừa đúng một khoảng thời gian.

6) _____ : Là hai sự việc, sự kiện đi cùng với nhau cả về thời gian và không gian.

7) _____ : Thích tìm hiểu về điều gì đó mà họ rất hiếu kì.

8) _____ : Đánh cho thua hoàn toàn.

9) _____ : Thời gian khi còn nhỏ.

3. Hãy điền từ thích hợp vào chỗ trống.

（請將最符合的詞彙填入空格中）

1) *cuộc sống / cuộc đời*

- Trong hơn một thập niên vừa qua, _____ của người dân Đông Nam Á đã được cải thiện rõ rệt.

- Cô ấy đã có một _____ và sự nghiệp đáng ngưỡng mộ.

2) *cuộc chiến / chiến tranh*

- Ai cũng mong muốn sống trong hòa bình, thế giới không có _____

– Các công ty điện thoại đang có _____ giành thị trường.

3) **hâm mộ / ngưỡng mộ**

– Người Việt Nam rất _____ bóng đá.

– Mẹ là người mà tôi _____ nhất trong suốt cuộc đời này.

4) **tuổi thơ / thơ ấu**

– Quê hương chính là nơi nuôi dưỡng những kỉ niệm đẹp nhất về thời

_____

– Gia đình nghèo, cô ấy có một _____ rất vất vả khi vừa đi học vừa phải chăm sóc các em nhỏ.

Luyện Viết 寫作練習

1. Hãy sử dụng cấu trúc "còn...nữa" để viết câu trả lời.

（請用「**còn...nữa**」的句型回答問題）

範例：Bạn muốn đi chơi những đâu nữa?

→ Tôi còn muốn đi chơi vịnh Hạ Long nữa.

1) Bạn thích ăn thêm gì nữa không?

_____

2) Bạn định làm gì trước khi về nhà?

_____

3) Cô giáo nói gì ở cuối buổi học sáng nay?

_____

4) Ngoài tiếng Việt, bạn còn học những môn gì?

_____

5) Ở Đài Bắc, có những nơi nào đẹp?

_____

6) Bạn ấn tượng về cô ấy ở điều gì?

_____

7) Nếu cho bạn thêm một điều ước, bạn sẽ ước gì?

_____

8) Bạn có muốn nhắn điều gì cho gia đình không?

_____

2. Hãy thêm "vừa / mới / vừa mới" vào các câu sau đây:
（請將「**vừa / mới / vừa mới**」加入下列句子中）

1) Chúng tôi thi môn tiếng Việt sáng nay.

_____

2) Lớp chúng tôi đi thực tập ở Việt Nam về.

_____

3) Lúc nãy, em tôi lau nhà.

_____

4) Chúng tôi gặp nhau hồi tuần trước.

_____

5) Họ chuyển tiền cho công ty rồi.

_____

6) Tối nay, tôi thấy cô ấy xuất hiện trên tivi.

_____

7) Ba tôi được thăng chức trưởng phòng kinh doanh.

_____

164

8) Họ chia tay không lâu nên cô ấy vẫn còn buồn lắm.

_____

3. Hãy sửa lại các câu sau đây cho đúng bằng cách thêm "nỗi / niềm":
（請將「**nỗi / niềm**」加入下列句子中以改寫為正確的句子）

1) Được quen biết chị là vinh hạnh của tôi.

_____

2) Mỗi chúng ta nên có tự hào về nguồn gốc của mình.

_____

3) Chiến tranh đã qua đi nhưng có những đau thì vẫn còn hiện hữu.

_____

4) Tất cả chúng ta đều mong muốn có nhiều vui trong cuộc sống.

_____

5) Xa quê, tôi có những nhớ nhà vào mỗi dịp Tết đến xuân về.

_____

6) Em ấy đang học cách quên đi những buồn trong quá khứ.

_____

7) Con cái và ba mẹ mạnh khỏe là hạnh phúc của tôi.

_____

8) Đừng bao giờ mất đi tin vào bản thân.

_____

4. Hãy đặt câu với các từ cho sẵn:

（請用下列詞語造句）

1) quê hương

_____

2) hâm mộ

_____

3) gắn liền

_____

4) làm giàu

_____

5) nỗi

_____

6) niềm

_____

7) còn…nữa

_____

8) nhớ + động từ

_____

5. Bài tập đánh máy: Hãy viết một đoạn văn ngắn giới thiệu về quê hương của em.

（打字練習：請寫一則短文介紹您的家鄉）

Tôi lập nghiệp ở Sài Gòn nhưng có một tuổi thơ yên bình thuộc vùng núi Tây Bắc bộ. Quê tôi có sông, có núi. Tiết trời mùa hè nóng bức, chúng tôi thường bỏ học vào rừng chơi, sau đó xuống sông tắm. Thi thoảng, chúng tôi ngủ một giấc tới chiều mới về. Do mê chơi đá bóng mà chúng tôi thường quên giờ về nhà, chuyện ấy lặp đi lặp lại nhiều lần. Mùa đông thì trời lại rất rét, thế mà mỗi đứa chỉ mặc 1 tới 2 chiếc áo, không phải không lạnh mà vì hoạt động nhiều nên nóng người. Nếu đói, chúng tôi nướng khoai hay nướng ngô ăn. Suốt những năm tháng ấy, chúng tôi trông gầy và đen nhưng rất khỏe mạnh. Một tuổi thơ không biết đến điện thoại thông minh là gì, bởi ở quê có rất nhiều trò chơi dân gian bổ ích. Vui nhất là vào các đêm rằm, ngày hội làng hay Tết cổ truyền dân tộc, trẻ con đều được mua quần áo mới, nhận quà và tiền lì xì. Vui lắm!

1. Dựa vào nội dung của bài đọc, hãy trả lời các câu hỏi sau đây:

1) Quê của tác giả ở Sài Gòn, phải không?

_____

2) Quê hương của tác giả có gì đặc biệt?

_____

3) Tại sao họ xuống sông tắm?

_____

4) Họ thường xuyên ngủ trong rừng, phải không?

_____

5) Sở thích của họ là gì?

_____

6) Việc gì lặp đi lặp lại?

_____

7) Tại sao với họ lại là *"mùa đông mà không lạnh"*?

_____

8) Khi đói, họ thường làm gì?

_____

9) Họ thích chơi điện thoại thông minh, phải không?

_____

10) Trẻ con được mua quần áo mới vào những dịp nào?

_____

2. Chọn Đúng (Đ) hay Sai (S) theo nội dung của bài đọc.

	Đúng / Sai
1) Tôi sinh ra và lớn lên ở Tây Bắc bộ nhưng vào Sài Gòn lập nghiệp.	☐ Đ ☐ S
2) Sài Gòn có sông và núi, rất đẹp.	☐ Đ ☐ S
3) Vào mùa hè nóng bức, chúng tôi thường tắm sông.	☐ Đ ☐ S
4) Chúng tôi luôn vào rừng ngủ tới chiều mới về.	☐ Đ ☐ S
5) Chúng tôi thường đá bóng quên giờ về nhà.	☐ Đ ☐ S
6) Người không cảm thấy lạnh vì hoạt động nhiều.	☐ Đ ☐ S
7) Chúng tôi nướng khoai, ngô mọi lúc mọi nơi.	☐ Đ ☐ S
8) Trẻ con khỏe mạnh vì ăn nhiều đồ ngon.	☐ Đ ☐ S
9) Điện thoại thông minh là trò chơi dân gian bổ ích.	☐ Đ ☐ S
10) Trẻ con lúc nào cũng có lì xì và quà.	☐ Đ ☐ S

3. Hãy lựa chọn một đáp án đúng nhất theo nội dung của bài đọc.

1) Ý chính của đoạn văn là:

   ☐ A. Tuổi thơ của tác giả

   ☐ B. Vùng núi Tây Bắc bộ

   ☐ C. Sài Gòn là nơi tác giả lập nghiệp

   ☐ D. Tết cổ truyền dân tộc

2) Tại sao trẻ con không cảm thấy lạnh?

   ☐ A. Vì trời nóng bức

   ☐ B. Vì họ hoạt động nhiều

   ☐ C. Vì họ mặc 2 chiếc áo ấm

   ☐ D. Vì họ có khoai hay ngô để ăn

3) Điều gì KHÔNG có trong bài đọc khi mô tả về họ (tác giả)?

   ☐ A. người gầy

   ☐ B. da đen

   ☐ C. khỏe mạnh

   ☐ D. tóc dài

4) Trẻ con không nhận được gì vào các ngày lễ?

   ☐ A. điện thoại thông minh

   ☐ B. quần áo mới

   ☐ C. quà

   ☐ D. lì xì

Cát Bà – Hải Phòng

吉婆島－海防

Bài 13
Tuổi Trẻ
年少時期

Bài Đọc 課文   ▶MP3-68

Bốn năm học ở Mỹ đã trôi qua, đó là những năm tháng ấn tượng nhất của tuổi trẻ. *Câu chuyện* về anh chàng người châu Á được lưu truyền khắp ký túc xá. Ngày mới tới, cậu ấy ngại ngùng và ít nói. Cậu *bị* tụi bạn trêu ghẹo vì tiếng Anh kém, thường phát âm sai. Cậu nghe theo lời khuyên của mẹ là đọc kinh Phật mỗi ngày *để* giữ cho mình một sự điềm tĩnh, cậu thấy nó rất hữu ích. Cậu thể hiện mình là người thân thiện, tốt bụng với bất kỳ ai. Ryan, người từng gọi cậu là "đồ châu Á quê mùa" đã được cậu cứu sống trong một lần đuối nước khi lớp tổ chức đi dã ngoại. Cậu là sinh viên rất chăm chỉ, lúc nào cũng có mặt ở trên thư viện. *Ngoài ra,* cậu ấy có trí nhớ tốt, rất tập trung khi học tập nên luôn đạt thành tích xuất sắc trong lớp. Với cậu, *cả* những niềm vui hay nỗi buồn *cũng* trở thành một phần ký ức không thể quên tại đất Mỹ.

1. Dựa vào nội dung của bài đọc, hãy trả lời các câu hỏi sau đây:

1) Câu chuyện này kể về ai?

2) Bối cảnh của câu chuyện này ở đâu?

3) Ngày mới tới, cậu ấy được mô tả là người thế nào?

4) Điểm nổi bật của cậu ấy là gì?

2. Hãy lựa chọn đáp án đúng nhất theo nội dung của bài đọc.

1) Nội dung chính của đoạn văn là:

☐ A. Câu chuyện về thời trẻ của một sinh viên người châu Á tại Mỹ

☐ B. Cuộc sống của một sinh viên người Mỹ

☐ C. Câu chuyện về anh chàng sinh viên, tên là Ryan

☐ D. Cậu sinh viên có thành tích học tập xuất sắc

2) Cậu ấy (nhân vật chính) và Ryan có mối quan hệ gì?

☐ A. Bạn ở cùng ký túc xá   ☐ C. Bạn đồng hương

☐ B. Bạn học cùng lớp   ☐ D. Bạn cùng trường

3) Câu nào miêu tả KHÔNG đúng về nhân vật chính trong đoạn văn
trên?

☐ A. Cậu sinh viên người châu Á luôn luôn ngại ngùng và ít nói.

☐ B. Mỗi ngày, cậu ấy đọc kinh Phật để giữ cho mình một sự điềm
tĩnh.

☐ C. Cậu ấy là người thân thiện và thích giúp đỡ người khác.

☐ D. Cậu ấy là một sinh viên giỏi.

Từ Mới 生詞			▶MP3-69
ấn tượng	印象深刻	hữu ích	有益
lưu truyền	流傳	thể hiện	表現；體現
ngại ngùng	害羞	quê mùa	土裡土氣（的）；鄉巴佬
trêu ghẹo	捉弄、戲弄	cứu sống	救活
kinh Phật	佛經	đuối nước	溺水
điềm tĩnh	鎮定；沉穩	dã ngoại	野餐
trí nhớ	記性；記憶力	thành tích	成績
tập trung	集中	ký ức	記憶

Ngữ Pháp 文法

1. Ngoài ra: biểu thị ý "ngoài điều vừa nói tới, còn có cái khác nữa".
「除此之外」，表示除了前文所述以外，還有其他事物。

> Ngoài ra + 句子

例 · Ngoài ra, cậu ấy có trí nhớ tốt và rất tập trung khi học tập.
此外，他擁有很好的記憶力，學習時非常專注。

· Muốn học tốt phải chăm chỉ, ngoài ra, không còn cách nào khác.
想要學得好就必須要專心，除此之外，沒有其他辦法。

2. để: có nghĩa là "vì ai / hành động / sự vật" nào đó mà tạo ra một mục đích cần hướng tới; đặt cái gì đó vào một vị trí như ý muốn.
相當於中文的「為了、讓」，表示讓某人做某事或放置某物。

– Kết từ "để" dùng để biểu thị điều sắp nêu ra là mục đích cần hướng tới.
連接詞「để」，用以表示接下來提到的事情是要達到的目標。

例 · Tôi dậy sớm để tập thể dục. 我為了運動而早起。

· Sinh viên học tốt để có tương lai tốt đẹp hơn.
學生為了更好的未來好好學習。

– Động từ "để" dùng để biểu thị ý "cứ cho một sự việc hay hành động nào đó diễn ra".
動詞「để」，用以表示讓某事或某行為發生。

例 · Để tôi nói cho anh ta hiểu. 讓我解釋給他聽。

· Yên lặng để cho mọi người ngủ. 安靜讓大家睡覺。

– Động từ "để" biểu thị ý "đặt cái gì vào vị trí nào đó"
動詞「để」，用以表示將某物放在某處。

例 · Để đồ ăn vào tủ lạnh. 放食物進冰箱。

· Để tiền vào ngân hàng. 把錢存入銀行。

3. Cách dùng từ bị - được

bị - được 的用法

– Thể bị động của "bị - được": thể bị động của "được" dùng để biểu thị cái tích cực, trái ngược với "được" là "bị". Việc sử dụng "được / bị" còn phù thuộc vào ngữ cảnh và quan điểm của người nói.

bị - được 的被動式：「được」用於表示正向或喜歡的行為，「bị」則為反義，使用時須視說話者的角度判斷。

$$\boxed{\text{được / bị} + （賓語）+ 動詞}$$

例 · Em ấy được mọi người khen. 他受到所有人稱讚。

· Em ấy được khen. 他被稱讚。

· Em ấy bị mọi người ghét. 他被所有人討厭。

· Em ấy bị ghét. 他被討厭。

– "được / bị" nếu không đặt trước động từ dùng để biểu thị nghĩa " nhận, đạt tới điều gì".

「được / bị」不放在動詞前面時，表示「接受、得到」。

例 · Em ấy được điểm cao. 他得到高分。

· Em ấy bị điểm thấp. 他得到低分。

– được: còn biểu thị ý "có quyền lợi hay trách nhiệm để làm việc gì đó".

「được」表示「有權利或機會做某事」。

例 · Chúng tôi được nghỉ học 3 ngày. 我們可以放假 3 天。

· Tôi được gặp Tổng thống. 我可以見總統。

– "được" đặt sau động từ hay cuối câu, biểu thị ý "có khả năng làm gì".

「được」放在動詞之後或句尾時，表示「能夠做某事」。

例 · Anh ấy lái được xe. 他會開車。

· Anh ấy có thể lái được xe. 他會開車。

4. Cả...cũng...: Cấu trúc dùng để biểu thị ý nghĩa nhấn mạnh sự bao gồm.
此句型用來強調所提到人事物的概括性。

例 ・Cả những niềm vui hay nỗi buồn cũng trở thành một phần kỷ niệm không thể nào quên.

歡樂與悲傷都成為難忘記憶的一部分。

・Cả các giáo viên cũng đứng lên hát cùng sinh viên.

所有教師都起立和學生一同歌唱。

Luyện Nói 口說練習

Hãy thực hành nói theo mẫu bằng cách dùng các cụm từ cho sẵn bên dưới để thay thế vào các từ gạch chân.

（用下方提供之詞語替換範例中畫底線之部分，並進行口說練習）

範例：lái xe / thạo

→ Bạn có thể <u>lái xe</u> được chứ? - Được chứ. Mình có thể lái xe được nhưng không <u>thạo</u>.

1) nói tiếng Việt / nhiều

_____

2) chơi đàn piano / giỏi

_____

3) hát bằng tiếng Việt / hay

_____

4) thiết kế lại chiếc áo đồng phục của lớp / thay đổi được nhiều

_____

5) tham gia biểu diễn trang phục truyền thống / tự tin lắm

_____

6) đi du lịch với lớp / đi lâu ngày được

_____

7) đánh máy bằng tiếng Việt / nhanh

_____

8) nấu món ăn / ngon

_____

Luyện Nghe 聽力練習　▸MP3-70

Hãy nghe đoạn văn rồi lựa chọn đáp án đúng nhất.

（請聆聽音檔並勾選最符合的答案）

1)
　□ A. người Thái Lan　　□ C. người Việt Nam
　□ B. người Đài Loan　　□ D. người Indonesia

2)
　□ A. đang đi du lịch　　□ C. đang đi làm thêm
　□ B. đang đi thực tập　　□ D. đang đi thăm bạn

3)
　□ A. Cô ấy thích tìm hiểu về văn hóa Việt Nam.
　□ B. Cô ấy học tiếng Việt rất khá.
　□ C. Cô ấy muốn đầu tư vào thị trường Việt Nam.
　□ D. Cô ấy có dự định sang Việt Nam làm việc sau khi tốt nghiệp.

Ngữ Vựng 詞彙運用

1. Dựa vào nội dung của bài đọc, hãy lựa chọn từ (các từ) gần nghĩa nhất để thay thế vào từ gạch chân:

（請依據本課課文內容，勾選與畫底線處最相近的答案）

1) Bốn năm học ở Mỹ đã ***trôi qua***, đó là những năm ấn tượng nhất của tuổi trẻ.

   ☐ A. đi qua   ☐ C. cả A và B đúng

   ☐ B. qua đi   ☐ D. cả A và B sai

2) Câu chuyện về anh chàng người châu Á được lưu truyền ***khắp*** ký túc xá.

   ☐ A. cả   ☐ C. suốt

   ☐ B. tất cả   ☐ D. các

3) Cậu nghe theo lời khuyên của mẹ là đọc kinh Phật mỗi ngày để giữ cho mình một sự điềm tĩnh, cậu thấy nó rất ***hữu ích***.

   ☐ A. có ích   ☐ C. cả A và B đúng

   ☐ B. bổ ích   ☐ D. cả A và B sai

4) Cậu ấy ***thể hiện*** mình là người thân thiện, tốt bụng với bất kỳ ai.

   ☐ A. biểu tả   ☐ C. mô tả

   ☐ B. biểu hiện   ☐ D. diễn tả

2. Hãy điền từ thích hợp vào chỗ trống.

（請將最適當的答案填入空格中）

ngại ngùng	trêu ghẹo	quê mùa
đuối nước	nổi bật	ký ức

1) Với ngoại hình đẹp, em ấy _____ giữa đám đông.

2) Đi tới đâu, hắn ta cũng thích _____ con gái đẹp.

3) Bà ấy là người nông thôn nên trông _____ nhưng là người tốt bụng.

4) Tôi có những _____ đẹp về thời thanh xuân.

5) Nếu không biết bơi, bạn dễ bị _____ và chết.

6) Đừng _____ khi nói tiếng Việt sai.

Luyện Viết 寫作練習

1. Hãy dùng từ "ngoài ra" để viết lại các câu sau đây:

（請用「**ngoài ra**」改寫下列句子）

範例：Tôi học tiếng Anh, Việt và Hàn.

→ Tôi học tiếng Anh và tiếng Việt. Ngoài ra, tôi còn học tiếng Hàn nữa.

1) Em ấy giỏi và xinh đẹp.

_____

2) Vào cuối tuần, tôi dành thời gian cho con trai và đưa nó đi sở thú chơi.

_____

3) Anh ấy thích thảo luận về chính trị và nói về xe hơi.

_____

4) Mai và Ngọc nói về học hành, sau đó nói về trai đẹp trong phim Hàn Quốc.

_____

5) Sở thích của Vinh là bóng đá. Vinh không có sở thích nào khác.

_____

6) Hạ Vy thích vẽ tranh. Hạ Vy cũng thích chơi đàn Piano.

_____

7) Bà Ngoại chỉ thích nghe nhạc cổ truyền. Bà chưa bao giờ thích nghe những loại nhạc khác.

_____

8) Gia đình tôi từng đi du lịch vòng quanh đảo Đài Loan nhiều lần. Gia đình tôi cũng đi xuyên Việt một lần.

_____

2. Hãy hoàn thành câu bằng cách dùng "để" cho các câu sau đây:
（請用「**để**」完成下列句子）

1) Anh ấy đi gặp bác sĩ để _____

2) Tuổi trẻ nên cố gắng học tập tốt để _____

3) Mẹ tôi luôn thức dậy từ rất sớm để _____

4) Cô giáo luôn động viên sinh viên khoa Đông Nam Á nói tiếng Việt nhiều để _____

5) Học cách giữ tinh thần thoải mái để _____

6) Phải tập thể dục đều đặn để _____

7) Tôi cố gắng tiết kiệm tiền để _____

8) Nhà tôi từng sống ở Cao Hùng mấy năm, nhưng chúng tôi chuyển nhà lên Đài Bắc để _____

3. Hãy chuyển các câu sau sang nghĩa bị động:
（請將下列句子改寫為被動式）

範例：Nhiều người chúc mừng sinh nhật em ấy.

→ Em ấy được nhiều người chúc mừng sinh nhật.

1) Nhà trường sắp xếp tôi dạy lớp tiếng Việt của các em.

_____

2) Tripadvisor xếp hạng biển Nha Trang đẹp nhất Việt Nam.

_____

3) Nhiều người châu Á thích xem phim tình cảm Hàn Quốc.

_____

4) Cô giáo khen các em phát âm tiếng Việt rõ ràng.

_____

5) Công ty giao cho Allen quản lý chi nhánh ở Việt Nam.

_____

6) Mọi người đánh giá cô ấy rất nhiệt tình và tốt bụng.

_____

7) Giám đốc nâng đỡ cô ấy lên chức trưởng phòng kinh doanh.

_____

8) Hàng triệu fan châu Á hâm mộ ca sĩ Đặng Lệ Quân.

_____

4. Dùng kết cấu "cả...cũng" để biến đổi những câu sau đây:
（請用「**cả...cũng**」改寫下列句子）

範例：Hai vợ chồng họ đều sinh ra trong gia đình giàu có.

　　→ Chồng sinh ra trong gia đình giàu, <u>cả</u> vợ <u>cũng</u> sinh ra trong gia đình giàu có.

1) Minh và Toàn đều muốn thi vào Bộ Ngoại giao.

_____

2) Ngọc Anh và Thu Minh đều học tiếng Việt rất giỏi.

_____

3) Vân và Ngọc đều khoái ăn món Phở Việt Nam.

_____

4) Vinh và An đều thích môi trường học tập ở trường Đại học Chính Trị.

_____

5) Trong buổi tiệc chia tay, Lệ và Dung đều vắng mặt.

_____

6) Cả hai chị em nhà An đều xin được học bổng của Chính phủ Anh Quốc.

_____

7) Y tế và giáo dục của Đài Loan đều xếp hạng cao ở châu Á.

_____

8) Người giàu hay người nghèo đều có cái khổ của riêng mình.

_____

5. Hãy đặt câu với các từ cho sẵn:
（請用下列詞語造句）

1) ngại ngùng

_____

2) trêu ghẹo

_____

3) hữu ích

_____

4) quê mùa

_____

5) nổi bật

_____

6) ấn tượng

_____

7) cả...cũng

_____

8) ngoài ra

_____

6. Bài tập đánh máy: Hãy viết một đoạn văn ngắn trình bày quan điểm của bản thân về những vấn đề của tuổi trẻ trong xã hội hiện đại.

（打字練習：請寫一則短文闡述您對現代社會青少年問題的觀點）

Bài Đọc Thêm 課外閱讀   ▶MP3-71

Người trẻ bây giờ thích bàn luận, tranh cãi và nói triết lý. Họ phụ thuộc quá nhiều vào công nghệ. Họ quên mất rằng sự linh hoạt mới là điều cần có. Phải chăng họ đang xa rời thực tế?

Có câu tục ngữ "Thời gian là vàng bạc", điều này luôn đúng trong mọi thời đại. Tuy nhiên, người trẻ bây giờ chưa biết quý trọng thời gian. Họ không **tận dụng** hết thời gian trong ngày để học tập hay làm việc. Họ có thể dành cả ngày để chơi facebook hay tán gẫu.

Ưu thế của tuổi trẻ là sự sáng tạo, có kiến thức và trình độ cao. Chúng ta nên biết **tận dụng** những thế mạnh ấy để phát triển nghề nghiệp. Chúng ta sẽ là những người có ích cho gia đình và xã hội.

1. Dựa vào nội dung của bài đọc, hãy trả lời các câu hỏi.

1) Người trẻ bây giờ thích làm gì?

_____

2) Họ phụ thuộc vào cái gì?

_____

3) Cái gì là điều cần có với người trẻ?

_____

4) Họ xa rời cái gì?

_____

5) Có câu tục ngữ nào nói về thời gian?

_____

6) Họ cần biết quý trọng cái gì?

_____

7) Hiện nay, người trẻ thích dành thời gian trong ngày để làm gì?

_____

8) Cái gì là ưu thế của tuổi trẻ?

_____

2. Chọn Đúng (Đ) hay Sai (S) theo nội dung của bài đọc.

	Đúng / Sai
1) Hiện nay, người trẻ không thích dùng công nghệ.	☐ Đ ☐ S
2) Họ tốn nhiều thời gian vào việc chơi facebook hay tán gẫu.	☐ Đ ☐ S
3) Họ tận dụng mọi thời gian để học tập và làm việc.	☐ Đ ☐ S
4) Sáng tạo và có trình độ kiến thức cao là ưu điểm của tuổi trẻ.	☐ Đ ☐ S
5) Họ nên phát huy những kiến thức của mình để trở thành người có ích cho bản thân và xã hội.	☐ Đ ☐ S

3. Chọn một đáp án đúng nhất theo nội dung của bài đọc.

1) Ý chính của đoạn văn trên là:

☐ A. Người trẻ thích bàn luận và tranh cãi

☐ B. Người trẻ thích dùng facebook

☐ C. Vấn đề của tuổi trẻ hiện nay

☐ D. Người trẻ có trình độ cao

2) Ý chính của đoạn văn thứ 3 là:

☐ A. Ưu điểm của tuổi trẻ

☐ B. Họ là những người biết sáng tạo

☐ C. Họ có kiến thức

☐ D. Họ là người có ích cho xã hội

3) Tìm định nghĩa phù hợp nhất với từ "**tận dụng**":

☐ A. Sử dụng hết mọi khả năng, không lãng phí

☐ B. Cố gắng dùng mọi cái, không lãng phí

☐ C. A / B đúng

☐ D. A / B sai

Bài 14
Mối Quan Hệ
Họ Hàng

親戚關係

Bài Đọc 课文   ▶MP3-72

Ở Việt Nam, đặc biệt là ở những vùng quê, mối quan hệ họ hàng rất được coi trọng. Họ thường có mối *liên quan* với nhau theo huyết thống. Quan trọng *hơn cả* là họ luôn sẵn lòng giúp đỡ nhau trong cuộc sống. Nếu có đám hỉ, mọi người sẽ tới nhà gia chủ từ 2 ngày trước, họ *giúp* trang trí nhà cửa và chuẩn bị *bữa* tiệc. Thậm chí, họ rất *tận* tình đón tiếp khách *giùm* gia chủ. Với đám hiếu, họ hàng là chỗ dựa cho nhau, đặc biệt là về mặt tinh thần. Nếu sống xa nhà, ai mỗi lần về thăm quê đều thấy rất đầm ấm và hạnh phúc. Đó là những buổi gặp gỡ vui vẻ và những bữa cơm giản dị. Anh em thường đối xử với nhau chân thật, không giả dối. Đôi khi, họ giúp nhau phát triển công việc và sự nghiệp một cách tích cực. Vào những kỳ nghỉ, chúng ta nên ghé thăm nhà họ hàng cho tình cảm thêm nồng ấm, bởi nơi đây có tình người chân thành nhất.

1. Dựa vào nội dung của bài đọc, hãy trả lời các câu hỏi sau đây:

1) Cái gì được xem trọng ở vùng quê Việt Nam?

2) Đám gì cần trang trí nhà cửa, chuẩn bị bữa tiệc?

3) Ở đám hiếu, họ hàng đóng vai trò thế nào?

4) Vào những kỳ nghỉ, một trong những nơi mà chúng ta nên tới thăm là ở đâu? Tại sao?

2. Chọn một đáp án đúng nhất theo nội dung của bài đọc.

1) Ý chính của đoạn văn trên là:

☐ A. Mối quan hệ họ hàng   ☐ C. Đám hiếu ở vùng quê

☐ B. Đám hỉ ở vùng quê   ☐ D. Những bữa cơm giản dị

2) Với đám hỉ, họ KHÔNG làm gì?

☐ A. trang trí nhà cửa

☐ B. chuẩn bị bữa tiệc

☐ C. ăn tiệc

☐ D. hỗ trợ nhau về mặt tinh thần khi gặp hoàn cảnh khó khăn

Từ Mới 生詞 ▶MP3-73

họ hàng	親戚	tinh thần	精神；心理
huyết thống	血統	đầm ấm	溫暖；和睦
đám hỉ (hỷ)	喜事	đối xử	對待
gia chủ	主人（家主）	tích cực	積極
trang trí	佈置；擺設	nồng ấm	深厚；濃厚
đón tiếp	迎接	chân thành	真誠；真摯
đám hiếu	喪事	chỗ dựa	倚靠；依靠

Ngữ Pháp 文法

1. cho: kết từ, biểu thị điều sắp đề cập đến là có yêu cầu, mục đích và động cơ.
類似中文的「讓、使得、為了」，表示動作或狀態的目的。

> 動詞 **+ cho +** 形容詞／子句

例　·Đi chơi cho người cảm thấy thoải mái. 出去玩讓人感到輕鬆。

　　·Đi ngủ cho khỏe. 為了健康去睡覺。

2. liên quan: động từ, thường kết hợp với giới từ "với / đến" để biểu thị ý các sự vật hay hiện tượng có liên quan với nhau.
動詞，相當於中文的「相關／相關」，常與「với / đến」搭配使用，表事物或現象之間有關連。

例　·Hai vấn đề này không có liên quan với nhau.
　　　這兩個問題之間沒有關係。

　　·Chuyện của họ thì liên quan gì tới tôi?
　　　他們的事和我有什麼關係？

3. tận: kết từ, biểu thị điều sắp nêu ra là vị trí, giới hạn cuối cùng cần đạt tới.
連接詞，表最終位置或須到達之界線。

例　·Đưa cơm tận nhà. 送飯到家。（外送餐點到家）

　　·Gửi thư tận tay. 寄信到手。（寄信到手上）

　　·Cố gắng tận dụng thời gian để học tập. 努力利用時間學習。

4. hơn cả: có nghĩa gần tương đương với cấu trúc "tính từ + nhất", dùng để nhấn mạnh sự tốt nhất, quan trọng nhất.
與文法「tính từ + nhất」意思相似，用以強調「最好／最多／最重要」。

> 形容詞 **+ hơn cả**
> **hơn cả +** 名詞／子句

例 · Sức khỏe của con người quan trọng hơn cả tiền bạc.

人的健康遠比金錢來得重要。

· Tôi rất vui khi được gặp gỡ mọi người trong ngày hôm nay, và hơn cả là được gặp những người bạn đồng hương.

很開心今天能遇到大家，最重要的是能夠見到我的同鄉。

5. "giúp / hộ / giùm": đứng sau động từ, biểu thị ý "làm gì để hỗ trợ người khác" với một thái độ lịch sự trong câu đề nghị và câu cầu khiến.

放在動詞後，在請求句、祈使句中以禮貌的態度表達「為他人做某事」的想法。

動詞 **+ giúp / hộ / giùm**

例 · Bạn hỏi giùm tôi là ngày mai có được nghỉ học không nhé.

你幫我問一下明天能不能請假。

· Nếu thuận đường thì mua hộ tôi ít đồ ở trong siêu thị, được chứ?

如果順路的話，去超市幫我買一些東西可以嗎？

Luyện Nói 口說練習

Dựa theo các gợi ý cho sẵn, hãy hoàn thành các câu sau đây bằng cách dùng từ "cho":

（請使用以下提供的詞彙「cho」來完成下列句子）

範例：Mình sẽ nghỉ ngơi **cho** _____

　　　→ Mình sẽ nghỉ ngơi **cho** thư thái tinh thần.

1) Em sẽ cố gắng học tiếng Việt vì em muốn học cho _____

2) Ba mẹ luôn mong đợi con cái sẽ sống làm sao cho _____

3) Hãy sống tích cực mỗi ngày cho _____

4) Cha mẹ luôn dạy con cái rằng "Đói cho _____, rách cho _____".

5) Vào dịp Tết, người xa quê thường về thăm gia đình cho _____

6) Anh ta không thích ở trong nhà cả ngày, mà thích ra ngoài đi dạo vòng quanh cho _____

7) Ở Việt Nam, vào những ngày Tết, người ta thường chúc những câu ý nghĩa cho _____

8) Tôi luôn dọn dẹp nhà cửa cho _____ vào những ngày cuối tuần.

Luyện Nghe 聽力練習　　▶MP3-74

Hãy nghe đoạn văn rồi lựa chọn đáp án đúng nhất.

（請聆聽音檔並勾選最符合的答案）

1)
- ☐ A. con trai duy nhất
- ☐ C. con thứ nhất
- ☐ B. con gái duy nhất
- ☐ D. con thứ hai

2)
- ☐ A. Đài Bắc
- ☐ C. Cao Hùng
- ☐ B. Đài Trung
- ☐ D. Đài Nam

3)

☐ A. thi tốt nghiệp   ☐ C. ở lại Đài Bắc

☐ B. đi du học nước ngoài   ☐ D. trở về Cao Hùng

Ngữ Vựng 詞彙運用

1. Dựa vào nội dung của bài đọc, hãy lựa chọn từ (các từ) gần nghĩa nhất để thay thế vào các từ gạch chân:
（請依據本課課文內容，勾選與畫底線處最相近的答案）

1) Ở Việt Nam, đặc biệt là vùng quê, mối quan hệ họ hàng rất được **_coi trọng_**.

☐ A. xem trọng   ☐ C. quý trọng

☐ B. trân trọng   ☐ D. tôn trọng

2) Họ **_giúp_** trang trí nhà cửa và chuẩn bị bữa tiệc.

☐ A. giùm   ☐ C. hỗ trợ

☐ B. hộ   ☐ D. tương trợ

3) Thậm chí, họ rất tận tình đón tiếp khách **_giùm_** gia chủ.

☐ A. giúp   ☐ C. A / B đúng

☐ B. hộ   ☐ D. A / B sai

4) Anh em họ thường đối xử với nhau **_chân thật_**, không giả dối.

☐ A. chân thực   ☐ C. chân tình

☐ B. chân thành   ☐ D. Cả A / B / C đúng

5) Vào những kỳ nghỉ, bà con họ hàng cũng là nơi chúng ta nên ghé thăm cho tình cảm thêm **_nồng ấm_**.

☐ A. ấm áp   ☐ C. vui vẻ

☐ B. thân thiện   ☐ D. hạnh phúc

2. Hãy điền từ thích hợp vào chỗ trống.

（請填適當詞彙）

1) *quê / nông thôn*

   – Tôi về thăm _____, nơi tôi sinh ra và lớn lên.

   – Là người từ _____ ra thành thị lập nghiệp, cuộc sống của cô ấy có quá nhiều thay đổi.

2) *huyết thống / máu mủ*

   – Theo luật pháp Việt Nam, những người có quan hệ _____ trong vòng 3 đời thì không được kết hôn với nhau.

   – Ở nông thôn Việt Nam, tình _____ anh em được xem trọng hơn cả sức mạnh của đồng tiền.

3) *gia chủ / chủ nhà*

   – Tôi sẽ đến nhà _____ từ sáng sớm để hỗ trợ họ trong việc nấu nướng, chuẩn bị cho bữa tiệc chia tay sắp tới.

   – Tôi là _____. Nếu cần thuê nhà, bạn có thể tìm tôi.

4) *đặc biệt / đặc trưng*

   – Mỗi một dân tộc có những nét văn hóa _____ riêng.

   – Tôi có ấn tượng rất _____ về cô ấy.

5) *nồng ấm / ấm áp*

   – Tết năm nay, thời tiết _____, không như mọi năm.

   – Mối quan hệ giữa Mỹ và Việt Nam trở nên _____ từ sau những năm 2000.

6) *chân thành / trân trọng*

   – Chúng tôi luôn _____ những kỉ niệm đẹp của thời thanh xuân.

   – Tôi rất vui khi nhận được sự giúp đỡ _____ từ bạn.

Luyện Viết 寫作練習

1. Dựa vào các gợi ý cho sẵn, hãy hoàn thành các câu sau đây bằng cách dùng từ "liên quan":

（請用「**liên quan**」的句型完成下列句子）

1) _____ và sự xuất hiện của cô ấy không có liên quan gì với nhau.

2) _____ liên quan tới những vấn đề mà chúng ta đang thảo luận.

3) Tôi không có bất cứ trách nhiệm nào liên quan đến _____

4) Vì đã ly hôn nên chúng ta không có bất cứ mối liên quan nào ngoài

   _____

5) Ban đầu, tôi không ngờ là _____ có liên quan đến nhau. Còn bây giờ thì tôi đã hiểu rõ câu chuyện.

2. Dựa vào các gợi ý cho sẵn, hãy hoàn thành câu bằng cách dùng từ "hơn cả":

（請用「**hơn cả**」的句型完成下列句子）

範例：Tình cảm giữa chúng tôi thân thiết **hơn cả** _____

   → Tình cảm giữa chúng tôi thân thiết **hơn cả** anh em một nhà.

1) Buổi biểu diễn còn vui hơn cả _____

2) Dù đi đâu, Tết sum vầy vẫn ý nghĩa hơn cả _____

3) Kỳ thi này khó hơn cả _____

4) Vai trò của cô ấy còn quan trọng hơn cả _____

5) Giàu có mà không vui vẻ còn khổ hơn cả _____

6) Để thành công, sự nỗ lực của bản thân là quan trọng hơn cả

   _____

7) Phụ nữ Việt Nam mặc áo dài truyền thống đẹp hơn cả _____

8) _____, và hơn cả là anh ta là người sống có trách nhiệm.

3. Hãy dùng cấu trúc "động từ + giúp / hộ / giùm" và các từ cho sẵn bên dưới để điền vào chỗ trống.

（請用「動詞 + giúp / hộ / giùm」的句型和下方詞彙填空）

mở	mua	chuyển	chăm sóc
ăn	ghi	chỉ	xin phép

1) Căn phòng này tối quá, bạn _____ tôi cái bóng đèn nhé?

2) Làm ơn _____ tôi đường tới trường Đại học Chính trị.

3) Cô giáo bận nên nhờ bà ngoại sang Đài Loan _____ bé Thành _____ một thời gian.

4) Nhà nhiều đồ ăn quá, anh _____ tôi nhé?

5) Cô mà đi chợ thì _____ tôi một con cá tươi sống nhé?

6) Tôi không đi học vì bị cảm. Bạn _____ chép bài cẩn thận _____ mình nhé.

7) Mình không khỏe nên muốn nghỉ học một hôm. Bạn _____ cô giáo _____ mình nhé.

8) Làm ơn _____ lời _____ là tôi không thể tham gia bữa tiệc vào cuối tuần này được.

4. Đặt câu với các từ cho sẵn sau đây:

（請用下方詞語造句）

1) có liên quan

_____

2) tính từ + hơn cả

_____

3) hơn cả + danh từ

_____

4) trang trí

_____

5) chỗ dựa

_____

6) đầm ấm

_____

7) đối xử

_____

8) một cách + tính từ

_____

5. Bài tập đánh máy: Hãy viết một đoạn văn ngắn giới thiệu về giá trị văn hóa truyền thống trong mối quan hệ gia đình, họ hàng ở Đài Loan.

（打字練習：請寫一則短文介紹臺灣在親戚與家庭關係方面的文化價值）

Bài Đọc Thêm 課外閱讀 ▶MP3-75

Cuộc sống hiện đại rất bận rộn. Mọi người thường ra khỏi nhà từ sáng sớm và trở về khi đã tối muộn. Bởi vậy, bữa cơm có đầy đủ các thành viên trong gia đình trở nên hiếm hoi và giá trị hơn. Nhà Mai không phải ngoại lệ. Ba cô ấy, ông Thắng là kỹ sư, ông ấy thường đi công tác xa nhà khoảng 3 tới 4 ngày mỗi tuần, trừ chủ nhật. Bà Tình, mẹ Mai là một giáo viên, bà ấy cũng chỉ rảnh vào những ngày cuối tuần. Mai học ở trên thành phố, cô ấy thường bắt xe buýt về thăm ba mẹ vào chiều thứ 6 và quay lại thành phố vào sáng thứ 2. Bữa cơm cuối tuần trở nên rất quý giá với gia đình họ. Chủ nhật này, mẹ và Mai đi siêu thị, họ mua thịt bò Úc để nấu các món khoái khẩu cho ông Thắng. Bà Tình thích món canh khổ qua. Mai đặc biệt chuộng món gỏi và hoa quả. Họ còn làm một số món ăn truyền thống Việt Nam khác theo sở thích của em gái Mai nữa. Mai nấu ăn rất ngon. Ngoài nước hoa quả tự ép, họ còn thưởng thức một chút rượu vang, đó là món quà do một người bạn ở xa gửi biếu họ vào dịp Tết vừa rồi. Gia đình 4 người vui vẻ bên bữa cơm đầm ấm, đầy tiếng cười. Trông họ thật sự hạnh phúc!

1. Dựa vào nội dung bài đọc, trả lời các câu hỏi sau đây:

1) Cái gì rất bận rộn?

_____

2) Mọi người thường ra khỏi nhà từ khi nào?

_____

3) Mọi người thường về nhà lúc nào?

_____

4) Tại sao bữa cơm có đầy đủ các thành viên gia đình trở nên hiếm hoi hơn?

_____

5) Ông Thắng thích ăn món gì?

_____

6) Bà Tình thích ăn món gì?

_____

7) Em gái Mai thích ăn món ăn gì?

_____

8) Vào dịp Tết Nguyên đán, gia đình họ được tặng cái gì từ một người bạn ở xa?

_____

2. Hãy chọn Đúng (Đ) hay Sai (S) theo nội dung của bài đọc.

	Đúng / Sai
1) Cuộc sống bận rộn nên bữa cơm gia đình trở nên giá trị hơn.	☐ Đ ☐ S
2) Mọi người thường dậy sớm và đi ngủ muộn.	☐ Đ ☐ S
3) Nhà Mai là ngoại lệ, họ luôn có những bữa cơm cùng nhau.	☐ Đ ☐ S
4) Ông Thắng thường vắng nhà vào những ngày trong tuần.	☐ Đ ☐ S
5) Cuộc sống bận rộn nên bà Tình chỉ rảnh vào những ngày cuối tuần để làm việc.	☐ Đ ☐ S
6) Hai mẹ con Mai thường đi chợ khi họ có thời gian rảnh trong ngày.	☐ Đ ☐ S
7) Món gỏi là món ưa thích của em gái Mai.	☐ Đ ☐ S
8) Gia đình Mai đi siêu thị mua nước hoa quả về uống.	☐ Đ ☐ S

3. Hãy chọn một đáp án đúng nhất theo nội dung của bài đọc.

1) Gia đình Mai có mấy người?

   ☐ A. 3 người

   ☐ B. 4 người

   ☐ C. 5 người

   ☐ D. 6 người

2) Nội dung của đoạn văn này nói về cái gì?

   ☐ A. Giá trị của bữa cơm gia đình

   ☐ B. Cuộc sống hiện đại rất bận rộn

   ☐ C. Cuộc sống của Mai ở trên thành phố

   ☐ D. Một gia đình hạnh phúc vì đầy tiếng cười

Bài 15
Áo Dài

奧黛

Việt Nam nổi tiếng với nhiều nét văn hóa đặc trưng. Ẩm thực có phở, bún chả, gỏi cuốn, bánh xèo, nem rán ... Hoa sen được xem là biểu tượng của quốc hoa. Và hơn cả, không thể không nhắc đến chiếc áo dài, một nét đẹp rất đáng tự hào của người phụ nữ Việt. Người mặc áo dài trông *khá* kín đáo nhưng cũng *thật* gợi cảm. Theo thời gian, có nhiều kiểu áo dài được may cách tân cho phù hợp với mục đích và sở thích của người mặc. Ngoài áo dài, để tìm được một trang phục vừa đẹp vừa vẫn giữ được giá trị truyền thống *chắc là hơi* khó. Áo dài vừa được diện trong những ngày lễ hội, vừa xuất hiện trong các buổi trình diễn thời trang. Đôi khi, đó là đồng phục của học sinh, sinh viên nữ. Họ diện lúc dạo phố và mặc nó bất cứ khi nào họ muốn. Nhiều du khách tới Việt Nam để ý đến nó ngay từ lần đầu nhìn thấy qua hình ảnh cô tiếp viên hàng không mặc áo dài trên những chuyến bay của hãng Vietnam airlines. Họ bị cuốn hút bởi sự mềm mại và quyến rũ của nó. Họ cho *rằng* áo dài chính là một tuyệt tác của người Việt.

1. Dựa vào nội dung của bài đọc, hãy trả lời các câu hỏi sau đây:

1) Việt Nam nổi tiếng về những cái gì?

2) Khi mặc áo dài, người phụ nữ Việt trông như thế nào?

3) Tại sao áo dài lại được may cách tân?

4) Người Việt thường mặc áo dài vào những dịp nào?

5) Tại sao du khách có thể nhìn thấy chiếc áo dài ngay từ lần đầu tới Việt Nam?

2. Hãy chọn một đáp án đúng nhất theo nội dung của bài đọc.

1) Ẩm thực nổi tiếng của Việt Nam có gì?

☐ A. đậu phụ thối

☐ B. sủi cảo

☐ C. gỏi cuốn

☐ D. bò bít tết

2) Câu nào KHÔNG phù hợp với nội dung của bài đọc?

☐ A. Văn hóa đặc trưng của Việt Nam gồm có ẩm thực, hoa sen và áo dài.

☐ B. Áo dài được công nhận là quốc phục của Việt Nam.

☐ C. Người phụ nữ Việt Nam mặc áo dài mọi lúc mọi nơi khi họ muốn.

☐ D. Du khách ấn tượng với vẻ đẹp từ chiếc áo dài của phụ nữ Việt Nam.

Từ Mới 生詞			▶MP3-77
nét văn hóa	文化特徵	xuất hiện	出現
biểu tượng	象徵	trình diễn	表演
nhắc đến	提及	thời trang	時裝（漢越詞）；時尚
kín đáo	含蓄	du khách	旅客
cách tân	創新；革新；新式	cuốn hút	吸引
giá trị	價值	mềm mại	輕盈；柔美
quyến rũ	誘惑；性感	tuyệt tác	傑作

Ngữ Pháp 文法

1. Động từ "để ý": biểu thị ý có sự theo dõi, để tâm trí vào một việc gì đó, gần nghĩa với từ "chú ý". Theo sau "để ý" và "chú ý" thường là giới từ "đến / tới".
動詞「để ý」用來表示關注，放心思在某件事上。意思近似於「chú ý」，相當於中文的「注意」，通常放在「đến / tới」的前面。

例 · Cô ấy luôn để ý đến suy nghĩ của người khác.
她總是留意到他人的想法。

· Sinh viên của tôi luôn chú ý tới bài học. 我的學生總是專注在課程上。

2. là / rằng: liên từ, dùng để biểu đạt B là nội dung thuyết minh của A. "Là" dùng trong cả văn viết và văn nói, "rằng" thường dùng trong văn viết.
連接詞，用以表示 B 為 A 的說明、解釋。「là」可用於口語和書面語，「rằng」通常用於書面語。

> **A là / rằng B**
> 動詞 **+ là / rằng +** 子句

例 · Cô ấy nói là mai cô ấy không đến bữa tiệc được.
她說她明天不能來參加聚會。

· Tôi tin rằng các em sẽ thành công. 我相信你們會成功。

3. thật: đứng trước hoặc sau tính từ dùng để diễn tả mức độ đầy đủ nhất của tính từ đó. Cấu trúc "thật / thật là + tính từ" biểu thị ý nghĩa gần tương đương với "rất + tính từ".
放在形容詞的前面或後面，用以表達該形容詞的程度極高。類似於「rất + 形容詞」，相當於中文的「非常」、「十分」。

> **thật / thật là +** 形容詞
> 形容詞 **+ thật**

例 · Đói thật, tôi muốn ăn thật no. 好餓，我想吃得很飽。

· Hôm nay đi chơi, thật là vui! 今天出去玩，非常地愉快！

4. "chắc là / hẳn là": thường đặt trước tính từ hoặc mệnh đề dùng để biểu thị một sự phỏng đoán có khả năng là đúng.

放在形容詞／子句的前面，表示某事可能為真，相當於中文的「可能」。

> chắc là / hẳn là + 形容詞／子句

例 · Trông cô ấy như vậy, hẳn là con nhà giàu.

看她這樣，她可能是富家子弟。

· Mùa đông ở quận Văn Sơn chắc là rất lạnh. 文山區的冬天可能很冷。

5. "khá / hơi": trạng từ chỉ mức độ

程度副詞「khá / hơi」

– khá: đặt trước tính từ, biểu thị ý "một chút" và thường biểu thị ý nghĩa tích cực.

放在形容詞前，表「相當、有點」，通常指正面意義。

– hơi: đặt trước tính từ, cũng biểu thị ý "một chút" và thường biểu thị ý nghĩa tiêu cực.

放在形容詞前，表「相當、有點」，通常指負面意義。

例 · Cô ấy trông khá đẹp. 她看起來相當漂亮。

· Cô ấy trông hơi mập. 她看起來有點胖。

· Thành phố Hồ Chí Minh là một thành phố khá (hơi) đông dân.

胡志明市是一個人口相當密集的城市。

6. "đáng + động từ / tính từ": cấu trúc dùng để đánh giá là hợp với một giá trị, một phẩm chất hay một hành động nào đó.

「值得」，用來評價某種價值、品性或是某種行為是主詞能夠接受的。

> đáng + 動詞／形容詞

例 · Chuyện nhỏ, không có gì đáng để kể. 小事，沒什麼值得一提的。

· Hoàn cảnh nhà cô ấy thật đáng thương! 她家的情況太可憐了！

Luyện Nói 口說練習

Hãy thực hành nói theo mẫu bằng cách sử dụng cấu trúc "chắc là / chắc hẳn + tính từ / mệnh đề" và các gợi ý cho sẵn sau đây:

（請依據範例，用「**chắc là / chắc hẳn** + 形容詞／子句」造句並進行口說練習）

範例：giao thông / hiện đại

→ Giao thông ở Đài Loan hẳn là hiện đại.

Hoặc: Hẳn là giao thông ở Đài Loan rất hiện đại.

1) thời tiết / ẩm ướt

_____

2) anh ấy / vui tính

_____

3) ông ấy / doanh nhân người Đài Loan

_____

4) Lâm Tâm Như / diễn viên nổi tiếng ở châu Á

_____

5) thư viện ở trường Đại học Chính Trị / nhiều sách tham khảo

_____

6) người đàn ông đi xe hơi màu đỏ / có nhiều tiền

_____

7) cậu ta / quen với sinh hoạt ở Đài Bắc

_____

8) du học ở Anh Quốc / tốn kém

_____

Luyện Nghe 聽力練習　　　▶MP3-78

Hãy nghe và trả lời các câu hỏi sau đây:

（請聆聽音檔並回答問題）

1) Chỉ có phụ nữ Việt Nam mới mặc áo dài, phải không?

2) Học sinh mặc áo dài vào ngày nào trong tuần?

3) Tại sao áo dài lại được may cách tân?

Ngữ Vựng 詞彙運用

1. Dựa vào nội dung của bài đọc, hãy lựa chọn từ (các từ) gần nghĩa nhất để thay thế vào từ gạch chân:

（請依據本課課文內容，勾選與畫底線處最相近的答案）

1) Và hơn cả, không thể không **_nhắc đến_** chiếc áo dài, một nét đẹp rất đáng tự hào của người phụ nữ Việt.

    ☐ A. kể đến   ☐ C. đề cập đến

    ☐ B. nói đến   ☐ D. cả A / B / C đúng

2) Và hơn cả, không thể không nhắc đến chiếc áo dài, một nét đẹp **_rất_** đáng tự hào của người phụ nữ Việt.

    ☐ A. thật   ☐ C. khá

    ☐ B. lắm   ☐ D. hơi

3) Theo thời gian, có nhiều kiểu áo dài được may cách tân cho **_phù hợp_** với mục đích và sở thích của người mặc.

    ☐ A. thích hợp   ☐ C. hòa tan

    ☐ B. hòa hợp   ☐ D. hòa nhập

4) Ngoài áo dài, để tìm được một trang phục **_vừa_** đẹp **_vừa_** vẫn giữ được giá trị truyền thống chắc là hơi khó.

    ☐ A. đã…lại   ☐ C. cả…lẫn

    ☐ B. đã…lẫn   ☐ D. cả….và

5) Áo dài vừa được **_diện_** trong những ngày lễ hội, vừa xuất hiện trong các buổi trình diễn thời trang.

    ☐ A. thử   ☐ C. xài

    ☐ B. mặc   ☐ D. dùng

6) Nhiều du khách tới Việt Nam **_để ý đến_** nó ngay lần đầu nhìn thấy chiếc áo dài.

    ☐ A. chú ý đến   ☐ C. để tâm tới

    ☐ B. quan tâm đến   ☐ D. Cả A / B / C đúng

2. Hãy điền từ thích hợp vào chỗ trống.

（在空格中填入適合的詞彙）

biểu tượng	tuyệt tác	gợi cảm
diện	cuốn hút	cách tân

1) Cô ấy thích _____ quần áo đẹp đi dạo phố vào những ngày cuối tuần.

2) Tòa nhà 101 là một _____ nổi tiếng của thành phố Đài Bắc.

3) Cô người mẫu ấy trông rất thông minh và _____

4) Theo thời gian, áo dài được may _____ để phù hợp với thời đại mới.

5) Cô gái ấy có nụ cười _____ người đối diện.

6) Truyện Kiều là một _____ của nền văn học Việt Nam.

Luyện Viết 寫作練習

1. **Hãy sử dụng cấu trúc "Chủ ngữ + động từ + là / rằng + mệnh đề bổ ngữ" để hoàn thành các câu sau đây:**
   （請用「主詞 + 動詞 + là / rằng + 子句」完成下列句子）

   1) Mọi người đều công nhận rằng _____

   2) Tôi tiếc là _____

   3) Mẹ tôi nói là _____

   4) Tôi nhận thấy rằng _____

   5) Tôi được biết rằng _____

   6) Xin lỗi. Tôi e rằng _____

   7) Bài báo này đã chỉ ra rằng _____

   8) Câu thành ngữ "Máu loãng còn hơn nước lã" có nghĩa là

   _____

2. **Thêm từ "thật / thật là" vào các câu sau đây, đồng thời viết lại câu:**
   （請將「thật / thật là」加入下列句子中並改寫句子）

   1) Vì hôm nay trời đẹp nên tôi muốn ra ngoài đi dạo cho thoải mái.

   _____

   2) Cô ca sĩ ấy hát hay và xinh đẹp.

   _____

   3) Cô ấy trông hạnh phúc trong ngày cưới.

   _____

   4) Tôi thích các bạn học của tôi vì họ thông minh và chăm chỉ.

   _____

   5) Tôi vinh dự vì được tham dự đội tuyển bóng chuyền của trường.

   _____

6) Tôi bất ngờ khi gặp lại cô ấy trong hoàn cảnh như vậy.

_____

7) Tôi cảm thấy bất lực vì không giúp được gì cho gia đình.

_____

8) Bạn tôi là hoa khôi tại trường Đại học Chính Trị vì cô ấy đẹp và học giỏi.

_____

3. Hãy thêm "hơi / khá + tính từ" vào các câu bên dưới sau đây:
（請將「**hơi / khá +** 形容詞」加入下列句子中）

1) Bài tập này _____. Mình phải dành nhiều tiếng để hoàn thành nó.

2) Ông giáo sư ấy _____ ở trường Đại học Chính Trị.

3) Vì nhà ở _____ công ty nên tôi muốn xin nghỉ việc và tìm một công việc mới ở gần nhà hơn.

4) Anh ấy nói _____. Tôi không hiểu được.

5) Công việc này _____ nhưng tôi sẽ cố gắng hết mình.

6) Mình _____. Hay là chúng mình đi ăn đi?

7) Họ nói _____. Tôi không thể tập trung vào công việc được.

8) Cô giáo yêu cầu làm bài tập về nhà _____ nhưng sinh viên sẽ tiến bộ nhanh.

9) Anh ta _____ nhưng _____ nên nhiều cô gái trẻ đẹp vẫn thích.

10) Vào những ngày cuối tuần, khách _____ nên phải chờ

_____

4. **Hãy điền từ vào chỗ trống bằng cách sử dụng cấu trúc "đáng + động từ / tính từ" và các từ cho sẵn sau đây:**

（請用「**đáng +** 動詞／形容詞」及下方詞彙填空）

buồn	tin cậy	thương	tiếc
yêu	ngờ	trách	nhớ

1) Cô ấy rất _____. Cô ấy sẽ không tiết lộ bí mật của bạn cho bất kỳ người nào cả.

2) Tôi sẽ không bao giờ quên những ngày _____ ở giảng đường đại học.

3) Cô ấy có một giọng nói rất _____ nên ai cũng thích cô ấy cả.

4) Cố gắng lên! Chuyện đó không có gì là _____ cả.

5) Sự việc xảy ra có nhiều điểm _____, khó có thể tin.

6) Họ là những người nông thôn thật thà, _____ hơn là đáng trách.

7) Cô ấy là người tốt, sai lầm của cô ấy là không _____

8) Thật là _____ vì chúng tôi không thể tham dự buổi hội thảo diễn ra vào chiều nay được.

5. **Hãy đặt câu với các từ cho sẵn bên dưới:**

（請用下列詞語造句）

1) được xem là

_____

2) nhắc tới

_____

3) kín đáo

_____

4) cách tân

_____

5) phù hợp

_____

6) diện

_____

7) cuốn hút

_____

8) quyến rũ

_____

6. Bài tập đánh máy: Hãy viết một đoạn văn ngắn giới thiệu về trang phục truyền thống của người Đài Loan.

（打字練習：請寫一則短文介紹臺灣的傳統服飾）

Bài Đọc Thêm 課外閱讀   ▶MP3-79

Vào thế kỷ XVIII, để tạo nên một nét văn hóa riêng cho dân tộc, chúa Nguyễn Phúc Khoát đã yêu cầu thiết kế ra trang phục phù hợp với tập quán của người Việt và được cho là người đặt nền tảng cho sự hình thành của chiếc áo dài sau này.

Vào đầu thập niên 1930, họa sĩ Nguyễn Cát Tường là người đầu tiên cải tiến ra chiếc áo dài thời hiện đại, có tên gọi theo tiếng Pháp là áo dài Lemur. Kiểu áo Lemur này **_cầu kì_** và sang trọng nên được ưa chuộng trong giới thượng lưu.

Theo tài liệu không chính thức, năm 1934, Lê Phổ, một họa sĩ tài ba đã kết hợp sự mới mẻ của áo Lemur với nét đẹp của áo tứ thân truyền thống để tạo nên một hình dáng mới khác của chiếc áo dài. Sự kết hợp này được đa phần người dân ủng hộ và ưa thích.

Ngày nay, đi cùng với sự phát triển của xã hội, áo dài được may cách tân để trở nên đa dạng về kiểu cách nhưng vẫn lưu giữ được những giá trị văn hóa và tâm hồn của người Việt.

Bài viết được mô phỏng dựa theo tư liệu của
Bảo Tàng Áo Dài Việt Nam

1. Dựa vào nội dung của bài đọc, hãy trả lời các câu hỏi sau đây:

1) Ai là người đặt nền móng cho sự hình thành của chiếc áo dài sau này?

_____

2) Cát Tường là ai?

_____

3) Cái gì trông cầu kì và sang trọng?

_____

4) Áo dài Lemur được ai ưa chuộng?

_____

5) Lê Phổ là ai?

_____

6) Kiểu áo dài Lê Phổ được thực hiện như thế nào?

_____

7) Áo dài Lê Phổ có được người dân ưa thích không?

_____

8) Áo dài ngày nay có lưu giữ được giá trị và tâm hồn Việt không?

_____

2. Chọn Đúng (Đ) hay Sai (S) theo nội dung của bài đọc.

	Đúng / Sai
1) Chúa Nguyễn Phúc Khoát đã thiết kế ra chiếc áo dài đầu tiên.	☐ Đ ☐ S
2) Áo tứ thân truyền thống có từ thời chúa Nguyễn Phúc Khoát.	☐ Đ ☐ S
3) Áo dài Lemur là tên họa sĩ đầu tiên cải tiến ra chiếc áo dài.	☐ Đ ☐ S
4) Áo dài Lemur được ưa chuộng trong giới thượng lưu vì trông cầu kì và sang trọng.	☐ Đ ☐ S
5) Áo dài Lê Phổ được giới thượng lưu ưa thích.	☐ Đ ☐ S

3. Hãy lựa chọn đáp án đúng nhất theo nội dung của bài đọc.

1) Nội dung chính của đoạn văn này là:

☐ A. Áo dài Lê Phổ

☐ B. Áo dài Lemur

☐ C. Giá trị truyền thống của chiếc áo dài Việt Nam

☐ D. Lịch sử hình thành của chiếc áo dài Việt Nam

2) Ai là người đặt nền tảng cho sự hình thành của áo dài ngày nay?

☐ A. Chúa Nguyễn Phúc Khoát

☐ B. Họa sĩ Nguyễn Cát Tường

☐ C. Lemur

☐ D. Lê Phổ

3) Áo dài Lemur được đánh giá thế nào?

☐ A. trông tự nhiên và sang trọng

☐ B. trông cầu kì và sang trọng

☐ C. trông bình thường và sang trọng

☐ D. trông đơn giản và sang trọng

Bài 16
Tình Bạn
友誼

Khi còn nhỏ, lũ trẻ thường chơi với nhau một cách hoàn toàn vô tư và trong sáng, chứ không có toan tính gì. Bước chân vào giảng đường đại học, chúng dần trưởng thành. *Ngoài* việc xa gia đình, chúng *còn* phải học cách sống tự lập. Vì vậy, tình bạn đích thực *dường như* trở nên quý giá hơn cả. Họ coi nhau như anh em, là chỗ dựa của nhau, cùng nhau trải qua những năm tháng xa nhà cô đơn và vất vả. Nếu có chuyện không thể nói với bố mẹ, họ có thể chia sẻ với bạn bè. Tình bạn *không những* là sự san sẻ và quan tâm nhau *mà còn* là chấp nhận cả thói xấu của nhau nữa. Bạn bè thường hiểu rõ tâm lý của đối phương, từ đó cho người kia những lời khuyên hợp lý. Tình bạn có sức mạnh lạ kỳ. Nhờ đó, người ta học được cách sống để yêu thương và hòa đồng với mọi người hơn. Tình bạn còn dạy cho họ biết tự tin trong cuộc sống. Rõ ràng, gặp được người bạn chân thành là điều cực kỳ may mắn. Ai *mà* biết trân quý và giữ gìn tình bạn tốt, thực chất là một người giàu có và hạnh phúc. Vì dù ở *bất cứ* thời đại *nào*, bạn bè tốt vẫn luôn là một món quà vô giá.

1. Dựa vào nội dung của bài đọc, hãy trả lời các câu hỏi sau đây:

1) Tình bạn trong sáng và vô tư nhất là khi nào?

2) Tại sao chúng ta cần phải học cách sống tự lập?

3) Theo bạn, có khó để có được một tình bạn chân thành không?

4) Chúng ta cần phải làm gì để giữ gìn tình bạn tốt?

5) Giá trị của tình bạn được so sánh với điều gì?

2. Hãy lựa chọn đáp án đúng nhất theo nội dung của bài đọc.

1) Nội dung chính của bài viết này tập trung vào điều gì?

☐ A. Tình bạn thời còn nhỏ

☐ B. Tình bạn thời đại học

☐ C. Tình bạn khi chúng ta trưởng thành

☐ D. Tình bạn đích thực

2) Cụm từ "không có toan tính gì" ở trong đoạn văn trên có nghĩa là gì?

☐ A. Cần sự mưu toan trong cuộc sống

☐ B. Không có sự sắp đặt gì

☐ C. Mọi cái cứ đến một cách tự nhiên

☐ D. Không có suy nghĩ hay mưu toan nhằm thực hiện một việc gì đó

3) Cái gì KHÔNG đúng khi miêu tả về tình bạn ở đoạn văn trên?

☐ A. Họ là chỗ dựa vật chất cho nhau khi phải sống xa nhà

☐ B. Tình bạn là sự san sẻ và quan tâm lẫn nhau

☐ C. Tình bạn đích thực sẽ dạy bạn biết tự tin hơn trong cuộc sống

☐ D. Bạn bè tốt là một món quà vô giá

Từ Mới 生词			▶MP3-81
lũ trẻ	孩子們	san sẻ	分攤；分擔
vô tư	無私；無憂無慮	chấp nhận	接受
trong sáng	純潔；清澈	sức mạnh	力量
toan tính	算計；盤算	tự tin	自信
tự lập	自立；獨立	trân quý	珍惜
đích thực	確實	thực chất	本質（上）
chỗ dựa	依靠	thời đại	時代

Ngữ Pháp 文法

1. ngoài A còn B: cấu trúc dùng để biểu thị ý ngoài "cái / điều / người" vừa nói đến thì còn tồn tại "cái / điều / người" khác.

「除了 A 之外還有 B」，表示除了提及的某人／事／物之外，還有其他人／事／物。也可以寫作「ngoài A ra còn B」。

> ngoài…còn…
> ngoài…ra…còn…

例　· Ngoài việc xa gia đình còn phải học cách sống tự lập. (= Ngoài việc xa gia đình ra, họ còn phải học cách sống tự lập.)
除了離開家庭之外，他們還必須學習獨立生活。

· Ngoài học tiếng Việt chúng tôi còn học tiếng Indonesia. (= Ngoài học tiếng Việt ra, chúng tôi còn học tiếng Indonesia)
除了學越南語，我們還有學印尼語。

2. dường như / hình như: tổ hợp biểu thị ý phỏng đoán một cách không chắc chắn dựa trên trực giác. Từ "dường như" mang nghĩa phỏng đoán chắc chắn hơn từ "hình như".

「好像；似乎」，用以表示不確定的事情。「dường như」較「hình như」為肯定。

例　· Tình bạn đích thực dường như đáng quý hơn cả.
真正的友誼似乎比任何事都重要。

· Trông cậu ấy quen lắm ấy, hình như đã gặp ở đâu rồi.
他看起來好眼熟，好像在哪裡見過。

3. không những / chẳng những… mà còn: cấu trúc dùng để nối hai vế câu có quan hệ bổ sung trong câu ghép.

「不僅……而且……」，用以連接有補充關係的兩個句子。

> **không những / chẳng những** + 動詞／形容詞 + **mà còn** + 動詞／形容詞

例 · Tình bạn không những là sự san sẻ và quan tâm nhau mà còn là chấp nhận cả thói xấu của nhau nữa.

友情不僅互相分享和關懷彼此，還有接受雙方的壞習慣。

· Nhà hàng này không những ngon mà còn rẻ nữa.

這間餐廳不僅好吃還很便宜。

4. mà: đại từ quan hệ dùng để nối danh từ chính với mệnh đề phụ nhằm giải thích, nhấn mạnh và thay thế cho danh từ đó.

關係代名詞，用於連接主詞和補語，以解釋、強調或替代該名詞。

例 · Ai mà biết trân quý, giữ gìn tình bạn tốt thực chất là một người giàu có và hạnh phúc.

懂得珍惜、維持良好友誼的人，本質上是一個富有而幸福的人。

· Người mà tôi vừa gặp là cô giáo tiếng Việt ở trường Chính Trị.

我剛遇到的人是政治大學的越南語老師。

Chú ý 注意：

– Nếu sau danh từ chính có các đại từ như *"này, ấy, đấy, đó, nọ, kia"* thì không được dùng **"mà"** với mục đích giải thích và nhấn mạnh.

若名詞後接代詞（如：này, ấy, đấy, đó, nọ, kia），則不可使用解釋或強調目的的「mà」。

錯誤示範：Người ấy mà tôi vừa gặp là cô giáo tiếng Việt ở trường Chính
          `Trị.

– **"mà"** không được dùng sau các danh từ làm chủ ngữ. **"Mà"** chỉ có thể đứng sau danh từ làm bổ ngữ.

「mà」不可放在名詞後作為主語使用，只可放在名詞後作為補語使用。

錯誤示範：Đại học Chính Trị mà ở Đài Bắc là trường đại học tốt nhất về
          lĩnh vực khoa học xã hội tại Đài Loan.

– **"mà"** có thể dùng sau vài đại từ nghi vấn (ai, gì...) và danh từ chỉ thời gian.

「mà」可以放在部分疑問代詞（如：ai, gì...）和時間名詞後面。

例 ・Gì mà vui vậy hả? 什麼事那麼開心啊？

・Khi mà nền kinh tế phát triển thì đời sống của người dân cũng được cải thiện.

隨著經濟的發展，人民的生活也得以改善。

5. bất cứ / bất kỳ… nào: Cấu trúc biểu thị ý không loại trừ trường hợp nào, trong bất cứ hoàn cảnh hay tình trạng nào.

「不論……都……」，表示不論任何場合、環境、狀態，皆成立的事實或情況。

> bất cứ / bất kì + 名詞 + nào

例 ・Dù ở bất cứ thời đại nào, bạn bè tốt vẫn luôn là một món quà vô giá.

不論在什麼時代，良好的友誼永遠都是無價之寶。

・Trong bất kì hoàn cảnh nào, chúng ta cần phải sống tốt.

不論在什麼環境之下，我們都要好好生活。

Luyện Nói 口說練習

Dùng "hình như" để hoàn thành mẫu hội thoại ngắn sau đây:

（請用「hình như」完成下列對話）

範例：A: Đài Loan sắp có bão lớn, phải không?

→ B: Hình như vậy, trời có nhiều mây đen và gió thổi mạnh.

1) A: Trông Đạt rất yêu đời. Có lẽ Đạt có người yêu mới.

   B: _____

2) A: Có lẽ cô ấy không thích tôi. Cô ấy chê tôi nghèo và quê mùa.

   B: _____

3) A: Tôi gọi điện, viết email cho Quân nhưng đều không liên lạc được.

   B: _____

4) A: Không biết bạn ấy còn nhớ tới mọi người không nhỉ?

   B: _____

5) A: Cô ấy trông rất tự do, lẽ nào còn độc thân?

   B: _____

6) A: Tôi sợ quá, cảm nhận như nhà này có nhiều ma.

   B: _____

7) A: Không hiểu sao, tôi thèm ăn bánh kẹo mọi lúc mọi nơi.

   B: _____

8) A: Thường thì chả ai tin hắn nhưng hôm nay có lẽ nó nói đúng.

   B: _____

Luyện Nghe 聽力練習 ▶MP3-82

Hãy nghe đoạn văn rồi trả lời các câu hỏi sau đây:
（請聆聽音檔並回答下列問題）

1) Để trở thành một người bạn tốt, cần có những điều gì?

2) Một người bạn tốt sẽ làm gì khi chúng ta gặp khó khăn?

3) Nếu có sự hiểu lầm, một người bạn tốt sẽ làm gì?

Ngữ Vựng 詞彙運用

1. Dựa vào nội dung của bài đọc, hãy lựa chọn từ (các từ) gần nghĩa nhất để thay thế vào các từ gạch chân:
（請依據本課課文內容，勾選與畫底線處最相近的答案）

1) Bước chân vào trường đại học, chúng **_dần_** trưởng thành.

☐ A. ngày một　　　　　　　☐ C. chậm chậm

☐ B. nhanh nhanh　　　　　　☐ D. từ từ

2) Vì vậy, tình bạn đích thực **_dường như_** đáng quý hơn cả.

☐ A. hình như　　　　　　　☐ C. có lẽ

☐ B. có nhẽ　　　　　　　　☐ D. cả A / B / C đúng

3) Họ **_coi_** nhau như anh em.

☐ A. trông　　　　　　　　☐ C. nhìn

☐ B. xem　　　　　　　　　☐ D. ngắm

4) Tình bạn có sức mạnh **_lạ kỳ_**.

☐ A. kì lạ　　　　　　　　　☐ C. rất lạ

☐ B. kì quặc　　　　　　　☐ D. rất kì

5) **_Nhờ đó_**, người ta học được cách sống để yêu thương, hòa đồng với mọi người.

☐ A. vì vậy　　　　　　　　☐ C. qua đó

☐ B. vì thế　　　　　　　　☐ D. cả A / B / C đúng

6) Rõ ràng, gặp được người bạn chân thành là điều **_cực kỳ_** may mắn.

☐ A. hết sức   ☐ C. tận cùng

☐ B. hết lực   ☐ D. tận dụng

7) Ai mà biết **_trân quý_** và giữ gìn tình bạn tốt, thực chất là một người giàu có và hạnh phúc.

☐ A. trân trọng   ☐ C. coi trọng

☐ B. quý trọng   ☐ D. Cả A / B / C đúng

8) Ai mà biết trân quý và giữ gìn tình bạn tốt, **_thực chất_** là một người giàu có và hạnh phúc.

☐ A. thực tế   ☐ C. thực tại

☐ B. thực sự   ☐ D. thực vật

2. Hãy sử dụng các từ cho sẵn ở bên dưới để điền từ vào chỗ trống.
（請使用下列詞彙填空）

lũ trẻ	vô tư	trong sáng	toan tính
san sẻ	sức mạnh	trân quý	thực chất

1) Thành nói chuyện rất _____ và tự nhiên làm ai cũng thấy thoải mái.

2) Hoạt động từ thiện _____ là lấy tiền của người giàu chia lại cho người nghèo.

3) Cô ấy luôn phải _____ làm sao để kiếm được nhiều tiền nhất.

4) Đoàn kết toàn dân là _____ để chiến thắng quân địch.

5) Tôi luôn _____ tình cảm tốt đẹp mà sinh viên dành cho tôi.

6) Người giàu _____ bát cơm cho người nghèo, vì cho đi là nhận lại mà.

7) Ở nông thôn, _____ thường thích chơi trò chơi dân gian.

8) Họ có một tình yêu _____ thời sinh viên.

Luyện Viết 寫作練習

1. Dựa theo mẫu câu và các gợi ý cho sẵn, hãy dùng cấu trúc "ngoài...còn.../ ngoài...ra...còn..." để viết thành câu hoàn chỉnh.
（請依據範例，用「**ngoài...còn.../ ngoài...ra...còn...**」完成下列句子）

範例：Minh / kiến thức về văn hóa xã hội / hát hay

→ Ngoài giỏi về kiến thức văn hóa xã hội ra, Minh còn hát hay nữa.

1) Minh Trung / đá bóng / bóng chuyền

_____

2) cô ấy / kinh tế / văn học và ngôn ngữ

_____

3) căn hộ / vị trí thuận lợi / đủ tiện nghi

_____

4) nấu / món ăn truyền thống Đài Loan / món Việt Nam

_____

5) du lịch / Hà Nội / Đà Nẵng

_____

6) hát / nhạc dân ca / nhạc cổ điển

_____

7) Khánh Linh / xinh đẹp và học giỏi / múa đẹp

_____

8) ông Thắng / kỹ sư giỏi / doanh nhân thành đạt

_____

2. Dựa theo các gợi ý cho sẵn, hãy dùng "dường như" để viết lại câu.

（請用「dường như」改寫下列句子）

範例：Có vẻ như bạn đang rất lo lắng về kết quả thi.

→ Dường như bạn đang rất lo lắng về kết quả thi.

1) Anh ta đi xe rất xịn khi đi tán gái. Có nhẽ nhà anh ta rất giàu.

_____

2) Có lẽ đó là một giải pháp tốt nhất cho tất cả mọi người.

_____

3) Chúng tôi thường xuyên cãi nhau. Có lẽ chúng tôi không hiểu nhau.

_____

4) Hơn 2 năm rồi tôi không về quê. Có lẽ tụi trẻ đã quên tôi là ai rồi.

_____

5) Có vẻ như nhà cậu ấy xảy ra chuyện gì đó không vui.

_____

6) Không hiểu sao cô ấy lại rất tức giận với tôi. Lẽ nào cô ấy đã hiểu nhầm tôi rồi.

_____

7) Đó là một vị trí mơ ước mà nhiều người mong có được. Nhưng với cô ấy, có lẽ công việc này không phù hợp.

_____

_____

8) Chúng tôi đã cố gắng hết sức để thuyết phục ông ấy đồng ý. Có vẻ như ông ấy đang cân nhắc lại.

_____

_____

3. Theo mẫu, hãy dùng cấu trúc câu "không những / chẳng những… mà còn" để viết câu.

（請依據範例，用「**không những / chẳng những…mà còn**」完成下列句子）

範例：Bài thi này khó / dài

→ Bài thi này *chẳng những* khó *mà còn* dài.

1) món ăn Việt Nam ngon / ít dầu mỡ

_____

2) ký túc xá rộng / tiện nghi

_____

3) cậu bé đòi ăn sô-cô-la / kem

_____

4) Việt Nam là nước sản xuất gạo / cà phê

_____

5) Đài Loan nổi tiếng về món đậu phụ thối / trà sữa trân châu

_____

6) học ngôn ngữ tiếng Việt / văn hóa Việt Nam

_____

7) đồng bằng sông Cửu Long cung cấp gạo / trái cây cho cả nước

_____

8) người Đài Loan tốt bụng / mến khách

_____

4. Hãy thêm "mà" vào các vị trí thích hợp, rồi viết lại câu.

（請在下列句子中適當的地方加入「**mà**」並改寫句子）

1) Cô gái xinh đẹp bạn vừa gặp ở trên đường là bạn gái của tôi đấy.

   _____

2) Tiền tôi gửi tiết kiệm là tiền để dành cho tương lai.

   _____

3) Mẹ sẽ đưa Thành đến nơi Thành thường đi nhất.

   _____

4) Trường đại học em đang học là một trong những trường công được thành lập sớm nhất tại Đài Loan.

   _____

   _____

5) Cái máy tính xách tay mẹ mua tặng Lan là nhân dịp con thi đậu vào đại học.

   _____

   _____

6) Mẹ tôi đi thăm chiến trường xưa là nơi bà ấy tham gia kháng chiến chống Mỹ.

   _____

   _____

7) Chợ đêm ở Đài Loan chính là nơi du khách muốn tới để thưởng thức ẩm thực của người bản xứ.

   _____

8) Cậu sinh viên bạn vừa nhắc tới là học trò của tôi ấy. Em ấy rất thông minh, nói tiếng Việt trôi chảy.

_____

_____

5. Theo mẫu, dùng cấu trúc "bất cứ / bất kỳ…nào…" để trả lời các câu hỏi sau đây:

（請依據範例，用「**bất cứ / bất kỳ…nào…**」回答下列問句）

範例：A: Ông đã đi thăm những nước nào ở châu Âu?

→ B: _Bất kì_ nước _nào_ ở châu Âu, tôi đều đã đặt chân tới rồi.

1) A: Anh có thích các món ăn do vợ anh nấu không?

   B: _____

2) A: Khả năng nói tiếng Việt của sinh viên ngành Đông Nam Á thế nào?

   B: _____

3) A: Em muốn thưởng thức món ăn phương Tây hay Nhật Bản?

   B: _____

4) A: Khách sạn ở Hà Nội có đầy đủ tiện nghi cơ bản hay không?

   B: _____

5) A: Bạn có làm hết bài tập về nhà mà cô giáo giao không?

   B: _____

6) A: Bạn yêu ai nhất trong gia đình bạn?

   B: _____

7) A: Tôi nên mở tài khoản ở ngân hàng nào để thuận tiện cho việc giao dịch?

   B: _____

8) A: Siêu thị nào ở Đài Bắc có bán đồ gia dụng?

   B: _____

6. Đặt câu với các từ và cấu trúc cho sẵn sau đây:
（請用下方詞語造句）

1) ngoài…còn…

   _____

2) ngoài…ra…còn

   _____

3) dường như

   _____

4) hình như

   _____

5) không những…mà còn…

   _____

6) mà

   _____

7) bất cứ…nào

   _____

8) san sẻ

   _____

7. Bài tập đánh máy: Hãy viết một đoạn văn ngắn nói về tình bạn trân quý nhất mà em đã từng có.
（打字練習：請寫一則短文闡述您擁有過最珍貴的友誼）

　　Như chúng bạn, tôi từng háo hức rời quê hương sang Đài Loan du học. Thời gian đầu, tôi rất nhớ nhà, nhiều đêm tôi nằm khóc một mình. Ngọc Minh đã cùng tôi vượt qua khoảng thời gian khó khăn ấy. Chúng tôi tình cờ kết thân sau một buổi học. Hôm đó, Ngọc Minh đi học muộn nên xuống bàn cuối ngồi. Tôi đã ngồi đấy từ trước. Cô ấy chủ động bắt chuyện với tôi. Tôi không hiểu cô ấy muốn nói gì vì cô ấy nói giọng rất địa phương, mà tôi thì nghe không quen. Chúng tôi trò chuyện với nhau bằng cách viết ra giấy, thật thú vị phải không? Chữ cô ấy rất đẹp và đáng yêu. Tôi thích cả điệu cười giòn tan của cô ấy nữa. Từ đó, chúng tôi hay ngồi cạnh nhau trong những buổi học. Chúng tôi ở cùng một tòa ký túc xá nhưng khác phòng. Tôi hay sang phòng Ngọc Minh trò chuyện thâu đêm. Chúng tôi đồng hành cùng nhau trong các kỳ ôn thi và cả những dịp vui chơi của cộng đồng người Việt tại Cao Hùng. Nó thương tôi như chị em gái vậy. Nếu có khó khăn gì, nó luôn sẵn lòng hỗ trợ tôi. Ra trường, nó trở về quê nhà, còn tôi thì tiếp tục ở lại Đài Loan công tác, tuy cách xa nhưng tình bạn của chúng tôi sẽ chẳng bao giờ phai nhạt.

1. Dựa vào nội dung của bài đọc, hãy trả lời các câu hỏi sau đây:

1) Tác giả đến Đài Loan làm gì?

_____

2) Thời gian mới tới Đài Loan, tác giả thế nào?

_____

3) Ngọc Minh là ai?

_____

4) Họ quen nhau trong hoàn cảnh nào?

_____

5) Tác giả hay Ngọc Minh, ai là người bắt chuyện trước?

_____

6) Tại sao tác giả lại không hiểu Ngọc Minh muốn nói gì?

_____

7) Thời gian đầu, họ giao tiếp với nhau bằng cách nào?

_____

8) Ngọc Minh thường cười thế nào?

_____

9) Họ thường đồng hành với nhau trong những dịp nào?

_____

10) Tình cảm của họ được so sánh với điều gì?

_____

2. Chọn Đúng (Đ) hay Sai (S) theo nội dung của bài đọc.

	Đúng / Sai
1) Tác giả luôn háo hức rời bỏ quê hương sang Đài Loan học tập.	☐ Đ ☐ S
2) Những ngày đầu xa quê, tác giả thường khóc một mình vì quá nhớ nhà.	☐ Đ ☐ S
3) Vì đều là sinh viên nên họ dễ dàng kết thân sau những buổi học ở trên lớp.	☐ Đ ☐ S
4) Ngọc Minh chủ động nói chuyện nhưng tác giả không hiểu gì vì Ngọc Minh không nói được tiếng Việt.	☐ Đ ☐ S
5) Họ trò chuyện như cách viết ra giấy.	☐ Đ ☐ S
6) Ngọc Minh là cô gái xinh đẹp và đáng yêu vì có chữ viết đẹp.	☐ Đ ☐ S
7) Tác giả và Ngọc Minh đều sống ở ký túc xá nhưng khác phòng.	☐ Đ ☐ S
8) Họ cùng nhau học tập, ôn thi và tham gia các hoạt động vui chơi.	☐ Đ ☐ S

3. Hãy lựa chọn đáp án đúng nhất theo nội dung của bài đọc.

1) Ý chính của đoạn văn này là:

☐ A. tình bạn thời nhỏ của tác giả

☐ B. tình bạn đẹp thời sinh viên của tác giả

☐ C. cuộc sống thời sinh viên của tác giả

☐ D. một người đồng nghiệp đặc biệt của tác giả

2) Tại sao tác giả không hiểu Ngọc Minh nói gì?

☐ A. vì Ngọc Minh nói không thạo tiếng Việt

☐ B. vì Ngọc Minh nói nhanh quá

☐ C. vì Ngọc Minh nói giọng rất địa phương

☐ D. vì Ngọc Minh là người nước ngoài

3) Họ KHÔNG đồng hành với nhau vào dịp nào?

☐ A. trong học tập

☐ B. trong các dịp vui chơi

☐ C. trong đời sống hàng ngày

☐ D. về quê ăn Tết

國家圖書館出版品預行編目資料

初級越南語 / 黎氏仁（Lê Thị Nhâm）著

-- 初版 -- 臺北市：瑞蘭國際, 2021.11

240面；21 × 29.7公分 --（外語學習系列；97）

ISBN：978-986-5560-39-3（平裝）

1.越南語 2.讀本

803.798   110015940

外語學習系列 97

初級越南語

編著者｜黎氏仁（Lê Thị Nhâm）

責任編輯｜鄧元婷、王愿琦

校對｜黎氏仁（Lê Thị Nhâm）、鄧元婷、王愿琦、賴曉柔、吳家丞

越南語錄音｜阮英中（Nguyễn Anh Trung，北越）、范秋芳（Phạm Thu Phương，北越）、
葉可彤（Nguyễn Ngọc Thảo Trang，南越）、葉昌榮（Gịp Xương Vinh，南越）

錄音室｜采漾錄音製作有限公司

封面設計、版型設計｜劉麗雪

內文排版｜陳如琪

瑞蘭國際出版

董事長｜張暖彗・社長兼總編輯｜王愿琦

編輯部

副總編輯｜葉仲芸・副主編｜潘治婷・副主編｜鄧元婷

設計部主任｜陳如琪

業務部

副理｜楊米琪・組長｜林湲洵・組長｜張毓庭

出版社｜瑞蘭國際有限公司・地址｜台北市大安區安和路一段104號7樓之一

電話｜(02)2700-4625・傳真｜(02)2700-4622・訂購專線｜(02)2700-4625

劃撥帳號｜19914152 瑞蘭國際有限公司

瑞蘭國際網路書城｜www.genki-japan.com.tw

法律顧問｜海灣國際法律事務所　呂錦峯律師

總經銷｜聯合發行股份有限公司・電話｜(02)2917-8022、2917-8042

傳真｜(02)2915-6275、2915-7212・印刷｜科億印刷股份有限公司

出版日期｜2021年11月初版1刷・定價｜550元・ISBN｜978-986-5560-39-3